கிரேஸி கிரியேஷன்ஸின்

மதில் மேல் மாது

கிரேஸி
மோகன்

அல்லயன்ஸ்

[125 - வது ஆண்டைக் கொண்டாடும் முதல் தமிழ்ப் புத்தக நிறுவனம்]

மதில் மேல் மாது

Madhil Mel Maadhu

உரிமைப் பதிவு

முதற் பதிப்பு : 2025

அட்டை ஓவியம்: கேஷவ்

ISBN	:	978-93-6358-937-7
Total No. of Pages	:	168 Pages
Laser Typeset	:	Rani Graphics, Chennai - 04
Printing	:	Repro Books Ltd., India

THE ALLIANCE COMPANY

Publishers & Booksellers

Old No. 244, New No. 64, Ramakrishna Mutt Road, Mylapore, Chennai - 600 004.
Tel.: **044 - 2464 1314** | Mob.: **928 928 1314**
www. alliancebook.com • email: books@alliancebook.com

சமர்ப்பணம்

திரு.சீனு மோகன்

Crazy கிரியேஷன்ஸ்-ன் ஒரு **Historical & Hysterical** படைப்பு, **Crazy** லாரல்- ஹார்டி, மாது - சீனு.

இன்று வரை, நம்ம ஏரியா பசங்கபா அப்படினு எல்லாரையும் சொல்லவைக்கிற மாதிரி இரு நண்பர்கள். இந்த ஜோடி 1979லே ஆரம்பிச்சு இன்னிக்கி வரைக்கும் எல்லாரோட மனசிலேயும் ஜம்முனு உட்கார்ந்து இருக்க முக்கியமான காரணம் சீனு மோகன். மாது கேரக்டர் இவ்வளவு பெரிய அவதாரம் எடுத்ததற்கே அந்த சீனுங்கிற நண்பன்தான் காரணம். எல்லாருக்கும் சீனு மோகனோட காமெடி மட்டுமே தெரிஞ்சு இருந்தாலும், கூடவே இருந்த நண்பன் மாதுவிற்கு மட்டுமே, சீனு மோகனோட அபாரமான நடிப்பும் அற்புதமான முகபாவங்களையும் தெரிஞ்சிக்க கொடுத்துவெச்சு இருக்கு. மேடையிலே அவ்வளவு பக்கத்துலே இருந்து பார்க்கணும், பிரமிப்பை தரும். நாடகத்துலே மட்டும் இல்லாமல் வாழ்க்கைலேயும் ஒரு உயிர் நண்பன்.

'Crazy' Thoughts

ஒரு கலைஞன் இல்லாதபோதும் பெருமை தொடரலாம். ஆனால் அப்பெருமை அக்கலைஞன் இருந்தபோது உருவாக்கியது.

அவர் இப்போது இல்லை என்பது என் மனதிற்குள் பதிவாகவில்லை. 'கிரேசிக்கு ஒரு போன் போடலாமே' என்று ஒரு வினாடி சிந்தனை தோன்றி மறைவதும் உண்டு.

என் மனதிலும், என் தொடர்பு எண் பட்டியலிலும் அழியாத, அழிக்க முடியாத சில பெயர்கள் இருக்கின்றன. KB சார், நாகேஷ் சார், அனந்து சார், சந்திரஹாசன்... இப்போ மோகன். இது நட்பையும் தாண்டியது. அவரை மோகனஹாசன் என்றே சொல்லலாம்.

Crazy மோகன் is a simple man. 'இது நான் சொன்னது, இது நான் எழுதினது, இது என்னோடது' என்று அவருக்கு எந்த எண்ணமும் கிடையாது. தான் சிந்தித்தவற்றை, பக்கத்தில்

இருப்பவர்களுக்குக் கொடுப்பதில் அவருக்கு ஒருபோதும் எந்தத் தயக்கமும் இருந்ததே இல்லை. பேனாவைத் திறந்தால் எழுத்து வரும்.

வரும் என்கிற நம்பிக்கை இருப்பவர்களுக்கு மட்டும்தான் அந்தத் துணிச்சல் வரும். அவரிடம் நகைச்சுவை மட்டும்தான் இருந்ததே தவிர, போட்டி, பொறாமை, வீண் வம்பு என்று எதையும் நான் பார்த்தது இல்லை.

அவருடைய craziness ஒரு ஒட்டுவாரொட்டி. எனக்கும் அந்த வியாதி உண்டு. அதை நான் சந்தோஷமாகப் பயன்படுத்திக்கொண்டு இருக்கிறேன்.

மோகன் மாதிரி tangential-ஆக humour யோசிக்கிற ஆள் 'யாம் அறிந்த இந்தியாவிலே எங்கும் காணோம்.' இதை பாரதி சொன்ன அதே திமிருடனேயே நானும் சொல்கிறேன்.

நாகேஷ், மௌலி, நான், மோகன் எல்லாம் ஒரு lineage. I definitely think a connecting wire runs between us. என் கதையில், அவர் கதை கொஞ்சம் கலக்காமல் இருக்காது. மோகன் கதையில் மௌலி சார் கதை கலக்காமல் இருக்காது.

இந்தியாவின் பெரிய காமெடி writer Mohan. ஆனால் உள்ளுக்குள் சீரியஸான ஆள். அவரது சீரியஸ் முகத்தை அவர் வெளியே கொண்டுவரவே இல்லை என்கிற என் வருத்தத்துக்கு பதில்தான் அவரோட 'ரமணாயணம்'.

பொதுவாக சுடுகாடு என்பது முடிவைக் குறிக்கும். ஆனால் St. Mary's இடுகாட்டில் ஆரம்பித்த எங்கள் நட்பு, இன்றும் என்றும் Mohan அவர்களின் நகைச்சுவையைப் போல காலத்தால் அழியாதிருக்கும்.

கமல்ஹாசன்

22.08.2024

வாழ்த்துரை

திரு. கிரேஸி மோகன் அவர்களின் எழுத்தாற்றல் தனி பிரசித்தி உடையது. அவரை சுமார் 33 வருடத்திற்கு முன்பாக எனது நண்பர் திரு இராமநாதன் (பழம்பெரும் கர்நாடக சங்கீத வித்வான் திரு. ராம்நாத் அவர்களின் மகன்) அவர்களால் அறிமுகப்படுத்தப் பட்டேன். திரு. மோகன் அவர்களின் எழுத்தாற்றல், வசனம் என்றும் ஒரு unbelievable humour with profound message. மேலும் அவரது பாணியில் வம்புகளுக்குக் கண்டிப்பாக இடமில்லை. இது யார் மனதையும் புண்படுத்தாத humour. சிறிய குழந்தைகள் முதல் வயதானவர்கள் வரை ஈர்க்கும் இவரது பாணி. திரு. கிரேஸி மோகன் had a very great value system with which he lived, has made him a distinct human being.

Very happy to note that his able brother Mr. Madhu Balaji along with Crazy Creations team are carrying the legacy of Mr. Mohan with young fresh talents, thus keeping his humour and dialogues alive for next generation. This book containing Mohan's work is a great tribute for his contribution.

ரவி அப்பாசாமி

இந்த நாடகம்

இந்த நாடகம், கல்யாணமான மாதுவைப் பற்றிய கதைதான். மாதுவுக்குக் கல்யாணம் பண்ணி வைக்கணும்னு அவனுடைய அப்பா ரொம்ப சிரமப்படுவார். அவர் Widower. மாது வீட்டிலேயே சீனுவும் குடியிருப்பான். ஒரே கம்பெனியில் மாது ஆபீசராகவும், சீனு ப்யூனாகவும் இருப்பார்கள். பொதுவா இந்தக் கதை என்னன்னா... மாதுவுக்கு வரவேண்டியது எல்லாம் சீனுவுக்குப் போயிடறது - அப்படிங்கறா மாதிரி மோகன், முதல் இரண்டு 'சீன்'ல காட்டியிருப்பான். மாதுவுக்குக் குளிக்க வெந்நீர் ரெடி பண்ணி வெச்சிட்டுப் போயிருப்பார் அவன் அப்பா; சீனு வந்து குளிச்சிட்டுப் போயிடுவான். மாதுவுக்கு 'டிபன்' ரெடி பண்ணி வெச்சிட்டுப் போவார்; சீனு வந்து சாப்டுட்டு போயிடுவான். அந்த மாதிரி ஒரு சத்ரு சீனு, மாதுவுக்கு.

ஒரு நாள் மாதுவுக்குக் கண் எரியறதுன்னு எண்ணெய் கேட்பான். விளக்குக்கு ஊத்தற எண்ணெயை கொண்டு வந்து கொடுப்பான் சீனு. கண்ணுல போட்டுண்டு ஒரே எரிய ஆரம்பிச்சுடும். அதனால டாக்டரை பாக்கறதுக்காக மாது போயிருப்பான். கூட சீனுவும் வருவான். அவங்க அப்பாவும் வருவார். அந்த டாக்டர் கிளினிக்ல மாது, ஜானகி, மைதிலி இரண்டு பேரையும் பார்ப்பான். இதுல

மைதிலி படிக்காதவோ. அவளோட அப்பாவுக்குக் கண்ணுல ப்ராபளம்னு, அப்பாவை கூட்டிண்டு வந்திருப்பாள். அவோ கண்ணுல பவர் ஜாஸ்தி, சோடாபுட்டி கண்ணாடி போட்டுண்டு இருப்பா. அவளோட பிரண்டு ஜானகி. மாது ஜானகியை பார்த்திருப்பான்; சீனு மைதிலியை பார்த்திருப்பான்.

இதுல என்ன ஆகும்னா, கண்ணுல மருந்தை போட்டுண்டு எல்லோரும் வரிசையா அந்த க்ளினிக்ல உட்கார்ந்து கல்யாணத்தைப் பற்றி பேசுவாங்க. 'மைதிலியை கல்யாணம் பண்ணிக்கறதுக்கு உனக்கு ஓ.கே.வா?'ன்னு மாதுகிட்ட கேட்பாங்க. மாது, ஜானகியைத்தான் பார்த்திருக்கான். மைதிலியை, ஜானகின்னு நெனச்சுண்டு ஓ.கே.ன்னு சொல்லிடுவான். சீனு கிட்ட, 'உனக்கு ஜானகியை கல்யாணம் பண்ணிக்க ஓ.கே.வா?' என்று கேட்பார்கள். அவன் மைதிலியை பார்த்திருப்பான். அவோ படிக்காதவோ, கண்ணுல பவர் ஜாஸ்தி. இவன் ஜானகியை, மைதிலின்னு நெனச்சுண்டு ஓ.கே.ன்னு சொல்லிடுவான். 'நான் பார்த்த பெண்ணை நீ பார்க்கவில்லை; நீ பார்த்த பெண்ணை நான் பார்க்கவில்லை' - இதுதான் இந்தக் கதையோட 'பேஸ்'. இந்தப் பாட்டை வெச்சிண்டுதான் மோகன் இந்த நாடகத்தை எழுதினான்.

கல்யாணத்தின் போதுதான் இது தெரியவரும். மாது, படிக்காத பொண்ணை கல்யாணம் பண்ணிக்கப் போறான்; சீனு, படிச்ச பொண்ணை கல்யாணம் பண்ணிக்கப் போறான்னு. கல்யாணமே நடக்காதுன்னு மாது கத்துவான். ஜானகியோட அப்பா ஒரு போலீஸ் இன்ஸ்பெக்டர். அவர், 'இதைப் பாரு! கல்யாணம் வரைக்கும் வந்தாச்சு. ஏதாவது கலாட்டா பண்ணீங்கன்னா எல்லாரையும் தூக்கி உள்ளே வெச்சுடுவேன்'னு சொல்வார். மாதுவுக்கு பயம் வந்துடும். போதாக்குறைக்கு அவனோட அப்பா மைதிலியோட அப்பா கிட்டேயிருந்து வரதட்சணை பணத்தை வாங்கிடுவார். அதை செலவழிச்சும் விடுவார். வேற வழியில்லாம, மாது, மைதிலியை கல்யாணம் பண்ணிக்க வேண்டிய அவசியம் ஏற்படும். அதனால, இரண்டு பேரும் மாற்றி கல்யாணம் பண்ணிப்பாங்க. மாது படிக்காத பொண்ணை கல்யாணம் பண்ணிப்பான்; சீனு படிச்ச பொண்ணை கல்யாணம் பண்ணிப்பான். அதனால வர்ற பிரச்சனைகள்!

கடைசியில படிக்காத மாதுவோட மனைவி மைதிலி, வாழ்க்கையில ஜம்முனு முன்னுக்கு வந்து, தன்னை நன்றாய் தயார் படுத்திக் கொண்டு, நல்ல கெட்டிக்காரியா 'க்ளைமாக்ஸ்'ல வருவாள். இதுதான் இந்த நாடகத்தின் கதை. கடைசியில மைதிலியைப் பார்த்து, மாது ரொம்ப பெருமைப்படுவான்.

மாது பாலாஜி

அல்லயன்ஸ்ஸுடன் அல்லயன்ஸ்...

125 வருஷங்களாக இருக்கும் அல்லயன்ஸ் கம்பெனியுடன் எங்களுக்கு ரொம்ப வருஷங்களாகத் தொடர்பு உண்டு. எங்க அப்பா மைலாப்பூர் பிராஞ்ச் இந்தியன் பாங்க்ல அக்கௌண்ட்டண்ட்டா இருந்த காலத்துலேந்தே தொடர்பு உண்டு. அங்கிருந்து நிறைய புஸ்தகங்களை வாங்கி படிச்சிருக்கார்... விரும்பி கேட்டு வாங்கிப் படிப்பார். ஸ்ரீநிவாஸனுடைய அப்பாகிட்டயும், ஸ்ரீநிவாஸன்கிட்டயும் கேட்டு வாங்கிப்பார். ஏன்னா, எங்க அப்பாவுக்கு படிக்கற ஆர்வம் ரொம்ப உண்டு. எங்க அப்பா மாதிரியே மோகனுக்கும் படிக்கற ஆர்வம் இருந்து, அவனும் அல்லயன்ஸ் கம்பெனிலேந்து நிறைய வாங்கி படிப்பான்.

மோகன் எழுத ஆரம்பித்து, ஒரு கட்டத்துல, மைலாப்பூர்ல ஸ்ரீநிவாஸனை சந்திக்கறச்சே எல்லாம், 'சீனு...! நான் உங்க ஆபீஸுக்கு வரேன்... வரேன்...! எங்க டிராமாவ எல்லாம் புஸ்தகமாப் போடணும்' என்று சொல்லிக் கொண்டே இருப்பான். ஸ்ரீநிவாஸன் சாரும் 'வாங்க சார்... வாங்க சார்...'ன்னு சொல்லிக் கொண்டே இருப்பார். சோ சாரும் மோகன் கிட்ட, 'உன் புஸ்தகங்களை யெல்லாம் அல்லயன்ஸ் மூலமா கொண்டு வா. பாதுகாப்பா இருக்கும். நாளைக்கு வருங்கால சந்ததியினருக்கு மிகவும் usefulஆ இருக்கும்' என்று ஒரு தடவை சொன்னார்.

இந்த முயற்சி ரொம்ப நாளா நடந்துண்டே இருந்தது. எல்லாத்துக்கும் மேல மோகன் தன்னுடைய 'டைரி'யில எழுதி வெச்சிருந்தான். அதை நான் மோகன் இறந்து போனதுக்கப்புறம்தான் பார்த்தேன். 'என்னுடைய எழுத்துக்கள் அனைத்தும், நாடகங்கள் மட்டுமல்ல, அனைத்து எழுத்துக்களும் அல்லயன்ஸ் கம்பெனி மூலம்தான் வெளிவரவேண்டும்' என்று எழுதியிருந்தான். ஆனால், முன்னாடி நாங்கள் ஓரிரு புத்தகங்களை வேறு சில பதிப்பகங்களுக்குக் கொடுத்திருந்தோம். அதையெல்லாம் கூட, அவர்களிடம் அனுமதி பெற்று, அல்லயன்ஸ் கிட்ட கொடுத்திருக்கேன். என்ன காரணம்னா, என்னுடைய future generation பேரன்... கொள்ளு பேரன்.... இவங்களெல்லாம் மைலாப்பூர்லதான் naturalஆ வாழப் போறாங்க. இல்லை... வேற எங்கயாவது இருந்தாக்கூட, இந்தப் பக்கம் வந்தால், அவங்களுக்கு தாத்தாவோட contributions வேணும்னா அவர்கள்

அல்லயன்ஸுக்குப் போய் வாங்கிக் கொள்ளலாம். ஒரே இடத்துல எல்லாம் இருந்துதுன்னா சௌகரியமா இருக்கும். அதனாலதான் நான் உடனடியாக ஸ்ரீநிவாஸனிடம் தொடர்பு கொண்டு, வேலையைத் துவக்கினோம்.

ஸ்ரீநிவாஸனுடைய மகன் பிரஷாந்த்தான் என்னுடன் co-ordinate பண்ணினார். Excellent person. அதாவது கண்டிப்பா அல்லயன்ஸ் ஒரு 70...80... வருஷங்களுக்கு Solidஆ இருக்கப் போறதுங்கறதுக்கு உதாரணம் பிரஷாந்த். ஒவ்வொரு விஷயத்தையும் கேட்டுக் கேட்டு, அவ்வளவு நன்றாக வேலை செய்கிறான். இது எனக்கு மிகவும் சந்தோஷம். ஏன்னா.. வேலை ரொம்ப speedஆக நடக்கிறது. மோகனுடைய எழுத்துக்கள் அனைத்தும் புஸ்தக வடிவில், அல்லயன்ஸ் மூலம் வெளிவரும்.

சோ அவர்கள் சொன்ன 'ஜோக்' ஒண்ணுதான் ஞாபகத்துக்கு வருது. 'ஜெனரல்லா அல்லயன்ஸ்னாக்கா ஒரு எலக்ஷன் வரைக்கும் கூட தாங்காது. நூறு ஆண்டுகள் தாங்கின அல்லயன்ஸ் இந்தியாவிலேயே இது ஒண்ணுதான் இருக்கும்.' சோ சொன்னதையேதான் நானும் சொல்றேன். எங்கள் கிரேஸி மோகன், கிரேஸி கிரியேஷன்ஸ் கூட வந்த அல்லயன்ஸ் காலம் முழுவதும் நீடிக்கும் என்று உறுதியாக சொல்கிறேன்.

மாது பாலாஜி

Thank You...

I thank our sponsors - **Appaswamy Real Estates, iSolve, The India Cements Limited, Leap Sports and Chennai Super Kings** - for having sponsored our stage plays for the past 35 years.

- Maadhu Balaji

I also appreciate the help of Shri. S. L. Nanu, Smt. Uthra Srinivasan and Smt. Shiela Srinivasan in bringing out this book.

இயக்குனரின் பார்வை

'Situation Comedy' என்ற பதத்திற்கு கிரேஸி மோகன் இலக்கணம் வகுத்த நாடகம் இது.

சுமார் 20 நிமிடங்கள் இடம்பெறும் ஒரு கண் ஆஸ்பத்திரி காட்சி இதற்கு எடுத்துக்காட்டு. அங்கு நேரும் ஒரு கண்கட்டு வித்தைக் குழப்பத்தால் மேல் படிப்பு படித்த மாது ஏழாம் க்ளாஸ் படித்த மைதிலியைத் தன்னைப் போல் படித்த ஜானகி என்று நம்ப, மேல் படிப்பு படித்த ஜானகி ஏழாம் க்ளாஸ் படித்த சீனுவை விரும்ப... அப்பப்பா.... பிரமாதம்.

பெரும் குழப்பவாதியாகவும் அதேசமயம் தன் மேல் வீணான உயர்வு மனப்பான்மை கொண்டவனாகவும் மாதுவை செதுக்கினார் கிரேஸி மோகன். இப்படிப்பட்ட ஒரு எதிர்மறைப் பாத்திரத்தை தன் உன்னத நடிப்பால் ''ஓகோ'' ஆக்கினார் மாது பாலாஜி. அப்பாவியான சீனுவாக மறைந்த சீனு மோகனும் இவருடன் சேர்ந்து ரசிகர்களுக்கு சிரிப்பு விருந்து எராளமாகப் பரிமாறினார்.

தேனி என்ற ஊரில் நடுரோடில் இந்த நாடகம் கிராமத்து மக்கள் மத்தியில் ஒரு முறை நடந்தது. மாது தனது படிக்காத

மனைவியை விவாகரத்து செய்வேன் என்று கதைப்படி கூறியபோது, வெகுண்டெழுந்த கிராம மக்கள் ''அவனை வெட்றா'' என்று அரிவாளுடன் மேடைக்கு வர முற்பட்டார்கள் என்றால் இந்த நாடகத்தின் மேன்மைக்கு இதுவே சிறந்த சான்று.

'நில் கவனி கிரேஸி' என்ற எங்கள் தொலைக்காட்சி தொடரிலும் இந்தக் கதைப் பெரும் பங்கு வகித்து உச்சத்தைத் தொட்டது.

S.B. காந்தன்

மோகனுடன் நான்...

மோகன் எழுத்தைப் பார்த்து கிரேஸி ஆனேன்... அவர் கிரேஸி மோகன் ஆவதற்கு முன்பே!

முதல் முதலாய் மோகனை நான் சந்திப்பதற்கு முன்பே அவருடைய எழுத்து என்னை ஈர்த்துவிட்டது. என்னைக் குலுங்கிக் குலுங்கிச் சிரிக்க வைத்தது அவரின் எழுத்து. ஆனால் அவரைச் சந்திக்கும் வாய்ப்பை எனக்கு அளித்தது பத்திரிகைதான். ''கிரேயான்களும் பெயின்டிங்குகளும் பயன்படுத்தி அவர் நிறைய ஓவியங்கள் வரைந்திருக்கிறார். அவரைப் போய் போட்டோ எடுத்துக் கொண்டு வாருங்கள்'' என்றார்கள் பத்திரிகையில்.

இப்படிச் சொன்னால் வழக்கமாக நாம் என்ன நினைப்போம்? ஏதோ டிராயிங் நோட்களிலோ, பேப்பர்களிலோ நிறைய வரைந்து வைத்திருப்பார் என்றுதானே நினைப்போம்? அப்படித்தான் நானும் நினைத்துக்கொண்டு போனேன்!

ஆனால் அங்கு போன எனக்கு மகா வியப்பு. வீடு முழுக்க சுவர்களிலெல்லாம் பென்சில்களிலும் கிரேயான்களிலும் வரைந்து தள்ளியிருந்தார். அத்தனையும் உயிரோட்டமான அற்புத ஓவியங்கள். மாடிப்படிகளிலும், பக்கவாட்டிலும், மேலும் கீழும் ஓவியங்கள், ஓவியங்கள், ஓவியங்கள்தான். காரை உதிர்ந்த இடத்திற்கும் உயிர் கொடுத்திருந்தார். அதன் நுணுக்கத்தையும் அற்புதமான ஃபினிஷையும் பார்த்து திறந்த வாய் திறந்தபடி ஸ்டன்னாகி நின்றேன். இத்தனை ஓவியங்களையும் ஓரிரு நாட்களில் வரைந்துவிடவே முடியாது. பல நாட்களாக வரைந்து தள்ளியிருந்தார் என்று புரிந்தது. ஏணிபோட்டு ஏறி மேலேயெல்லாம் வரைந்திருந்தார்.

மோகனின் தாத்தா ஆர்வமாய் ஒவ்வொன்றாய் எனக்குக் காண்பித்து விவரித்தார். ''இதை போட்டோ எடுங்க.. அதை விட்டுடாதீங்க'' என்று ஆர்வமாய்ச் சொன்னார். எது எப்போது வரைந்தது என்று விளக்கினார்.

பிறகுதான் மோகன் வந்தார். அவரையும் நிற்க வைத்து போட்டோ எடுத்தேன். எனக்கென்னமோ, முதல் முதலாய் அவரைச் சந்தித்தபோதே மனசுக்கு நெருக்கமான... பல நாட்கள் பழகிய ஒரு குடும்ப நண்பரைச் சந்திக்கும் உணர்வுதான் ஏற்பட்டது. இதுபோல் எனக்கு எல்லோரிடமும் ஏற்பட்டு விடாது. மிகச் சிலர் பற்றியே அப்படித் தோன்றும். மோகன் அவர்களில் ஒருவர் என்று உடனே புரிந்தது.

எனக்கு எப்போதுமே ஜன்னல் பக்கத்தில் வரும் இயற்கையான வெளிச்சத்தில் படம் பிடிப்பது ரொம்பவும் பிடிக்கும். அது போலவே அவரையும் ஜன்னல் பக்கத்தில் உட்கார வைத்துப் படம் எடுத்தேன். அவருக்கு அந்தப் படம் ரொம்பவும் பிடித்துவிட்டது. அதிலிருந்து எங்களின் நட்பும் நெருக்கமும் இறுக ஆரம்பித்தது.

''நாடகத்துக்கு வாயேன்..'' என்று ஒரு முறை அழைத்தார். ஏற்கனவே நாடகம் பார்ப்பதில் ஆர்வம் இருந்ததால் இவருடைய நாடகம் பார்ப்பதில் ஆசை இருந்தது. போய்ப் பார்த்தேன். முன்புறம் அமர்ந்து பார்ப்பதைவிட, பக்கவாட்டிலிருந்து பார்ப்பதும் 'பிட்' (Pit) டில் அமர்ந்து பார்ப்பதும் மிகவும் சுவாரஸ்யமாக இருக்கும்.

ராணி சீதை ஹால், நாரத கான சபா, வாணி மஹால் என அடிக்கடி நடக்கும் அவருடைய ஒவ்வொரு நாடகத்தையும் பத்து இருபது முறைகளாவது பார்த்திருப்பேன். இரு குடும்பங்களும் நெருக்கமானோம்.

ஒரு சமயம் ''என் நாடகங்களையெல்லாம் வீடியோ எடுத்துக் கொடுத்துடு பாஸ்கர். லைவ்வா ஆடியன்ஸ் இருக்கும்போது, மேடையில் நடக்கும்போதே ஷூட் செய்துடு... அப்படிச் செய்தா அது ஒரு ஆவணப் பதிவாயிடும்'' என்றார்.

''பிற்பாடு இந்த நாடகத்தை மேடையில் போடணும்னா... அதன் ஸ்கிரிப்டைப் படிக்க வேண்டிய அவசியமே இல்லாமல், இந்த வீடியோவை ஒரு வாட்டி பார்த்தாலே போதுமே!'' என்றார்.

''யாராவது நடிகர்கள் வராதபோது.. புதுசாய் யாராவது ஒரு சப்ஸ்டிட்யூட் வந்தால் அவர்களிடம் இதைக் காட்டினால் அவர்கள் நன்றாய் நடிக்க உதவியாய் இருக்கும்..'' என்றும் சொன்னார்.

புத்திசாலித்தனமான ஐடியா! எனக்கு அது சவால்தான். அந்த நாடகங்களைப் பல முறை பார்த்திருப்பதால் யார் எந்தப் பக்கத்திலிருந்து என்டர் ஆவார்கள் என்று எனக்கு நன்றாகத் தெரியும். எனவே சும்மாவானும் ஆன் செய்து நான் பாட்டுக்கு எடுத்துவிட முடியாது. யார்

எங்கிருந்து வருவார்கள் என்பதைப் பின்பற்றி வீடியோ எடுத்தால்தான் ஒழுங்காக வரும். அத்தனை முறை பார்த்ததில் நாடகத்தின் வசனங்கள் எனக்கு மனப்பாடமாகவே ஆகிவிட்டன. எனவே வீடியோக்கள் எடுத்தபோது பிரமாதமாக வந்துவிட்டன.

அந்த வீடியோக்களைப் பார்த்து மோகன் அகமகிழ்ந்து போய் விட்டார். ''இதை அப்டியே டிவியில் போட்டுடலாம்'' என்றார்.

ஒவ்வொரு முறை டிராமா ஒத்திகையின்போதும் ''பாஸ்கர், நீயும் வந்து பாரேன். இந்த டயலாக்ஸைக் கேட்கும்போது உன் ரியாக்ஷன் எப்படி இருக்குன்னு நான் பார்க்கணும்'' என்பார்.

போய்ப் பார்ப்பேன். தாங்கமுடியாமல் பயங்கரமாய் சிரிப்பேன். முதல் முறை கேட்கும்போது அந்த ஜோக்கின் வீச்சு அதிகமாகவே இருக்கும். அவர்கள் சந்தோஷப்படுவார்கள். ஆடியன்ஸ் இல்லாமல் ஒத்திகை பார்க்கும்போது எந்த இடத்தில் சிரிப்பார்கள், எந்த இடத்தில் மாட்டார்கள் என்று ஊகிப்பதற்கு, இந்த முறை அவர்களுக்கு மிகவும் வசதியாகவும் அவர்களை ஊக்குவிப்பதாகவும் இருந்தது.

திரைப்பட விழா வந்துவிட்டாலே எங்கள் இருவருக்கும் கொண்டாட்டம்தான். நிறைய நேரம் அங்கேதான் செலவழிப்போம். பாலாஜி, காந்தன் போன்றவர்கள் அலுவலகத்துக்குப் போயிருப்பார்கள். நான் பைக்கை எடுத்துக்கொண்டு மோகனை பிக் அப் செய்து கொள்வேன். ஃபிலிம் பெஸ்டிவல் நடக்குமிடத்துக்குப் போய்விடுவோம். ஒரு நாளைக்குக் குறைந்தது இரண்டு படங்களாவது பார்த்துவிடுவோம். அதற்கு மேலும் பார்ப்பதுண்டு.

இதன்பிறகு 'மாது-சீனு' டிவி தொடர் டி டியில் வந்தது. ஏற்கனவே எஸ்.வி.ரமணனுடன் 'தினேஷ் கணேஷ்' என்ற சீரியல் செய்த அனுபவம் எனக்கிருந்தது. எனவே இதன் ஒளிப்பதிவை நான் செய்ய வேண்டும் என்று மோகனும் பாலாஜியும் விரும்பினார்கள். செய்தேன்.

இப்படி ஆரம்பித்து, நானூறு நானூற்றைம்பது எபிசோட்களுக்கு நான்தான் கேமராமேனாகப் பணி புரிந்தேன். பெரும்பாலும் நாடக ஸ்கிரிப்ட்டும் வசனங்களும்தான் இருக்கும் என்றாலும் டிவிக்கு என்று வரும்போது புதுப்புது வகையில் காட்சிகளையும் வசனங்களையும் யோசிக்க வேண்டி வரும்.

நாளைக்கு ஷூட்டிங் என்றால் இன்றைக்குத்தான் அவர் வசனமே எழுதுவார். ஏழு அல்லது எட்டு மணிக்கு பாலாஜியின் ஃப்ளாட்டில் கூடுவோம். நாங்கள் காத்திருப்போம். அவர் பாட்டுக்குக் கதை பேசிக் கொண்டே இருப்பார். மணி ஒன்பதாகும்... பத்தாகும்...

''என்ன பாஸ்கர், என்ன பண்ணின? கமல் போட்டோ எடுத்தியா? எப்படி வந்துது?'' என்று அவர் பாட்டுக்குப் பேசிக்கொண்டே போவார்.

வசனம் எழுதப்போகிறாரா இல்லையா என்று நமக்கு டென்ஷன் ஆகிவிடும்.

திடீரென்று பத்தரை பதினொன்றுக்கு மழை மாதிரி வசனங்களைக் கொட்ட ஆரம்பித்துவிடுவார். அத்தனை நேரம் நம்மோடு பேசிக் கொண்டிருந்தாலும் மனசுக்குள் கதையும், காட்சியும், கதா பாத்திரங்களும், வசனங்களும் ஓடிக்கொண்டே இருக்கும் போலும்.

எந்தக் காட்சிக்கு எந்தப் பாத்திரம் என்ன வசனம் பேச வேண்டும் என்பது மனசுக்குள் உருவாகி, இன்னொரு டிராக் ஓடிக்கொண்டிருக்கும் போலிருக்கிறது.

அதன்பிறகு அருவி மாதிரி கொட்டுவார். அதை டேப் ரெகார்டரில் ரெகார்ட் செய்து கொண்டு, அவருடைய உதவியாளர் அரவிந்த் டைப் செய்து மறு நாள் காலை கொண்டு வந்து மோகனிடம் காண்பிப்பார். மோகன் அதில் திருத்தங்கள் சொல்வார். ஷூட்டிங் நடக்கும் இடத்தில் ஸ்க்ரிப்ட் மிகச் சரியாய் வந்து சேர்ந்துவிடும்.

''இதை எட்டு மணிக்கே சொல்லியிருக்கக்கூடாதா?'' என்று பாலாஜி கேட்பான்.

''வந்தால் சொல்லலாம். வரணும்ல? தோணினால்தானே எழுத முடியும்?'' என்பார் மோகன்.

''மோகனைப் பற்றிச் சில பக்கங்கள் எழுதித் தாயேன்'' என்று பாலாஜி கேட்டபோது, எனக்கு நன்றாய்த் தெரிந்த விஷயங்களைக் கோர்வையாய் எழுதுவதற்கே இரண்டு மூன்று நாட்களாய் நான் மண்டையைப் போட்டு உடைத்துக்கொண்டேன். இந்தச் சின்ன விஷயமே என்னை மூன்று நாட்களாய் ஆட்டிப் படைக்கிறது என்றால், சினிமாவுக்கும், நாடகத்துக்கும், டி வி சீரியலுக்கும் எழுதும் பிரம்மாண்ட வேலைக்கு அவர் எத்தனை நாட்கள் எடுத்துக்கொள்ள வேண்டும்? ஆனால் ஓரிரண்டு மணிகளிலே பக்கம் பக்கமாய்க் கொடுக்க எத்தனை திறமை வேண்டும்! எழுதுவது எத்தனை கஷ்டம் என்று இப்போதுதான் புரிகிறது.

நான் ஒரே ஒருவனைப் பற்றி யோசிக்க இவ்வளவு மண்டைக் குடைச்சல். அவன் பத்து காரக்டர்களையும் யோசிக்க வேண்டும் என்பது எவ்வளவு பெரிய டாஸ்க்? அதோடு மட்டுமல்ல... அத்தனை வசனங்களும் சிரிக்க வைக்க வேண்டும்! அப்படி எழுதும் வரம் பெற்றது இறைவன் அருள்தான் என்பதில் சந்தேகமே இல்லை.

மோகனின் வசனங்களை டிவி சீரியலில் ஷூட் செய்வது சுலப மில்லை. ஒத்திகை பார்க்கும்போதே நமக்கு பயங்கரமாக சிரிப்பு வரும். இத்தனைக்கும் புது வசனம் அல்ல. ஏற்கனவே கேட்டதாய் இருந்தாலும் நம்மை மறந்து சிரித்துவிடுவோம். சிரித்தால் கேமரா ஆடும். எனவே

ஒவ்வொரு முறை எடுக்கும்போதும் மூச்சைப் பிடித்துக் கொண்டு எடுப்பேன். நான் மட்டுமல்ல. லைட் மேன் உள்பட எல்லோரும் சிரிப்பார்கள்.

ஔவை ஷண்முகி படம் ஹிட்டானவுடன், அதை ஹிந்தியில் எடுக்க விரும்பினார்கள். குல்ஸார் அதை எழுத வேண்டும். நான், பாலாஜி, காந்தன் எல்லோரும் அவர் தங்கியிருந்த ஹோட்டலுக்குச் செல்வோம்.

மோகன் தமிழ் வசனத்தை ஒரு முறை படித்துவிட்டு, அதை ஆங்கிலத்தில் குல்ஸாருக்கு மொழி பெயர்த்துச் சொல்வார். குல்ஸார் புரண்டு புரண்டு சிரிப்பார். ''இப்படி ஒரு வசனத்தை எப்படி உங்களால் கற்பனை செய்ய முடிந்தது? இது போன்ற காட்சிகளை எப்படி யோசித்தீர்கள்'' என்று வியந்து கேட்பார்.

மோகன் ஆங்கிலத்தில் சொல்லச் சொல்ல ஹிந்தியிலோ உருதுவிலோ எழுதிக்கொள்வார் குல்ஸார். ஒரு கட்டத்தில் மோகன் ஒரு முறை தமிழில் படிக்கும்போதே அவருக்குப் புரிய ஆரம்பித்துவிட்டது. எங்களுக்கெல்லாம் வியப்பாய் இருந்தது.

மோகனுக்கு வீட்டு சாப்பாடு ரொம்பவும் பிடிக்கும். எங்கள் வீட்டுக்கு வரும்போதெல்லாம் விதம் விதமாய்ச் செய்து கொடுப்பவற்றை ரொம்பவும் ரசித்துச் சாப்பிடுவார். ஒரு முறை அவர் வந்தபோது என் மனைவி ஜமுனா அவருக்காகக் காளான் சமைத்துத் தந்தாள்.

சாப்பிட ஆரம்பித்ததும் ''என்னதிது?'' என்றார்.

''மஷ்ரூம்'' என்றேன்.

'மஷ்ரூமா? இது வரைக்கும் நான் சாப்பிட்டதேயில்லையே... அதில் விஷம் இருக்கும்னு யாரோ சொன்னாங்க. இவ்ளோ ருசியா இருக்கும்னு தெரியவே தெரியாதே'' என்றார்.

''விஷமும் இல்லை. ஒண்ணுமில்லை. தைரியமா சாப்பிடு. நானும் உன் கூட சாப்பிடறேன்'' என்றேன்.

அன்றைக்கு அதை மிகவும் ரசித்துச் சாப்பிட்டார். எப்போது என் வீட்டுக்கு வந்தாலும், ''டேய் பாஸ்கர். ஜமுனாகிட்ட சொல்லிடுடா. எனக்கு ரெண்டு பேக்கட் மஷ்ரூம் ஃபுல்லா செய்து தரணும்'' என்று குழந்தை மாதிரி சொல்லுவார்.

முன்பு ஒரு முறை அவர் வரும்போது என் மகன் சிறு வயது. வி.ஸி. ஆரில் ஜுராஸிக் பார்க் படம் பார்த்துக்கொண்டிருந்தான்.

''பயமா இல்லையாடா?'' என்று கேட்டார்.

''கிராஃபிக்ஸ் அங்க்கிள். இதைப் பார்த்து நான் ஏன் பயப்படணும்?'' என்று கேட்டான்.

''அடப்பாவி. உன் அளவுக்கு இது கிராஃபிக்ஸ்னு புரிய ஆரம்பிச்சுடுத்தாடா?'' என்று சிரித்தார்.

என் மகன் பள்ளியில் படிக்கும்போதே ஷார்ட் ஃபிலிம்கள் எடுக்க ஆரம்பித்தான். அதை மோகனிடம் காண்பித்தபோது அவனை மிகவும் பாராட்டி ஊக்கப்படுத்தினார். ''ஸ்பீல்பெர்க் லெவலுக்கு இருக்குடா'' என்று உற்காகமூட்டினார்.

''படிச்சு முடிச்சுட்டு சினிமா ஃபீல்டுக்கு வந்துடு. நான் டயலாக் எழுதித் தரேன். நீ படம் எடு'' என்று அடிக்கடி சொல்வார். அது நிகழாமலேயே போய்விட்டது வருத்தம்தான்.

கம்ப்யூட்டர் பெயின்ட்டிங் என்ற கஷ்டமான விஷயத்தை கிரேஸி மோகன் அநாயாசமாய்ச் செய்வார். பார்க்க பிரமிப்பாய் இருக்கும். மைக்ரோசாஃப்ட் பெயின்ட்டில் மவுஸ் வைத்து வரைவார். அவர் வரைந்த ரமண மகரிஷி, ரவி வர்மாவின் பெயின்டிங்குகள், ஐஸ்வர்யா ராய் போன்ற பெயின்ட்டிங்குகளைப் பார்த்தால் கம்ப்யூட்டர் ஓவியம் என்று நம்ப முடியாத அளவுக்கு அற்புதமாய் இருக்கும்.

எழுத்து, ஓவியம், வெண்பா என்று அனைத்து விஷயங்களிலும் ஏனோதானோவாக இல்லாமல் பெஸ்ட்டாகச் செய்யும் வரத்தை இறைவன் அவருக்குத் தந்திருந்தான்.

கேஷவ் ஓவியத்துக்கு வெண்பா எழுதி எனக்கு தினமும் அனுப்பிக்கொண்டே இருப்பார். அருமையாய் இருக்கும் என்றாலும் அதையெல்லாம் ரசிப்பதற்கு உயர்ந்த ஞானம் வேண்டுமே.

அவர் சாதாரணப் பிறவி இல்லை. ராமானுஜர், பாரதியார் போன்ற அசாதாரணப் பிறவி. அதனால்தான் அவர்களை மாதிரி இவரும் சீக்கிரம் போய்விட்டாரோ என்று தோன்றுகிறது.

'குளிக்கும்போது சோப் நுரை போவது போல் யாருக்கும் சிரமம் தராமல் டப்பென்று போய்விட வேண்டும்' என்று அடிக்கடி சொல்வார். அப்படியே கிளம்பிவிட்டார். கடவுளுக்கு நகைச்சுவை தேவைப் பட்டதுபோலும். அதற்காக மோகனை அழைத்துக் கொண்டாரோ என்னவோ?

மோகன் இறக்கவில்லை. அவருடைய வசனங்களையும் பேட்டிகளையும் தினமும் கேட்கிறேன். அதில் அவர் வாழ்ந்து கொண்டுதான் இருக்கிறார்.

A. V. Bhaskar

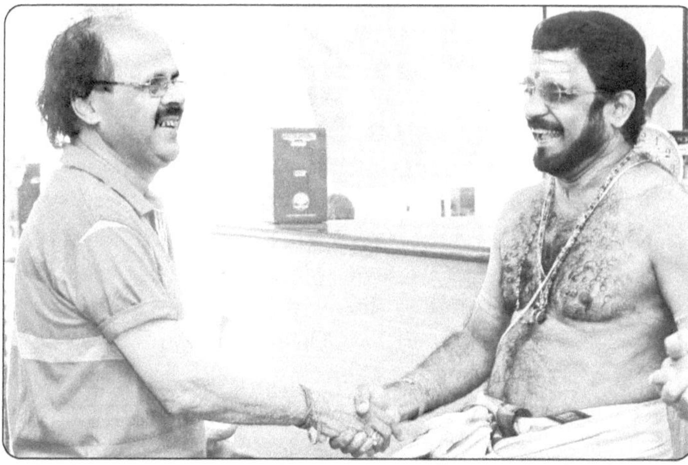

பாலாஜி கிட்ட பேசிட்டேன்

'சீனு! நான் கமலோட டிஸ்கஷன் டிஸ்கஷன்னு ரொம்ப பிஸியா இருக்கேன். ஆனால் பாலாஜி கிட்ட பேசிட்டேன். அவனை 'ஸ்க்ரிப்ட்' எல்லாம் எடுத்துண்டு வந்து உன்கிட்ட கொடுத்திட சொல்லியிருக்கேன்.' நான் எப்போதெல்லாம் மோகனைப் பார்க்கிறேனோ, அப்போதெல்லாம் அவரிடமிருந்து வரக் கூடிய பதில். மயிலாப்பூர் மாட வீதியில் உள்ள வெற்றிலை கடையாகட்டும், விழாவாகட்டும், நாங்கள் இருவரும் இருந்த விழா மேடையாகட்டும், திருமண நிகழ்ச்சியாகட்டும் எங்கு பார்த்தாலும் இதே பதில்தான்.

எனக்கும் மோகனுக்கும் 1992 முதலிலேயே தொடர்பு ஏற்பட்டது. அப்போது நாங்கள் 'சோ' அவர்களின் நாடகங்கள், கதைகள் எல்லாவற்றையும் புத்தகங்களாக வெளியிட ஆரம்பித்தோம். தமிழ் நாடக உலகில் பிரபலமாக இருந்த ஒய்.ஜி. மகேந்திரன், மௌலி, விசு, மெரீனா, எஸ்.வி.சேகர், கிரேஸி மோகன் போன்றவர்களின் நாடகங்களை எல்லாம் புத்தக வடிவில் கொண்டு வர எண்ணி, ஒவ்வொருவராக அவர்களது வீட்டிலேயே சென்று சந்தித்தேன். இவர்களில் சோ, மெரீனா ஆகியோரது நாடகங்களை வெளியிட்டோம். ஆனால், மற்றவர்கள் எல்லாம் அப்போதுதான் நாடகத்தில் வெற்றி பெற்று சினிமாவில் காலடி வைத்து மிகவும் பிஸியாக இருந்தார்கள். அந்த நேரத்தில்தான் எஸ்.வி. சேகரின் நாடகங்கள் எல்லாவற்றையும் ஒரே சமயத்தில், அன்றைய முதல்வர் ஜெயலலிதா வெளியிட்டார்.

சினிமாவில் நுழைந்த நாடக வெற்றியாளர்கள், அப்போது சென்னை தொலைக்காட்சியிலும் மிகவும் பிஸியாக இருந்தார்கள். இந்தச் சமயங்களிலும் மோகனை சந்திக்கும் போதெல்லாம், 'சீனு! பாலாஜி கிட்ட சொல்லிட்டேன்' என்ற பதில்தான். எவ்வளவு பிஸியாக இருந்தாலும் மோகன் நின்று பேசி விட்டுப் போவதோடு, எங்கள் வீட்டு மங்கல நிகழ்ச்சி, எங்கள் நிறுவன புதிய கட்டிட திறப்பு விழா, எங்கள் அலுவலகத்திற்கு ஸ்ரீ காஞ்சி பெரியவர் விஜயம் போன்ற நிகழ்ச்சிகளுக்குத் தவறாமல் வந்து விடுவார்.

ஒரு சமயம் சென்னை புத்தகக் காட்சியில் நான் செயலாளராக இருந்த போது, மோகனை சிறப்புப் பேச்சாளராக அழைத்திருந் தேன். அன்று நல்ல மழை. எல்லோரும் இந்த நிகழ்ச்சி ரத்து ஆகி விடும் என்று எண்ணினர். ஆனால், மோகனுடைய பேச்சைக் கேட்க வந்திருந்த கூட்டத்தைப் பார்த்ததும், குடையை பிடித்துக் கொண்டு, மோகன் மேடையேறி, 'மழை பெரியதாக இருக்கிறது. மழையை விட நீங்கள் அதிகமாக இருக்கிறீர்கள். நீங்கள் பேசச் சொன்னால் நான் பேசுகிறேன்' என்று 'மைக்'ல் பேசியவுடன், கூட்டத்தினரும் குடையுடன் பேச்சை ஆர்வமுடன் கேட்கத் தொடங்கினர். இயற்கை மழையுடன், நகைச்சுவை மழையையும் சேர்த்து அறுசுவை அவியல் போல் மக்கள் ரசித்தனர். மறக்க முடியாத நிகழ்ச்சி இது. மோகனுக்கும் மிகவும் மகிழ்ச்சி.

அங்கேயும் புறப்படும் போது, 'சீனு! பாலாஜிகிட்ட சொல்லிட் டேன்' என்ற பதில்தான். நாட்கள், மாதங்கள், வருடங்கள் ஓடின. மோகனும் சிரித்து, சிரிக்க வைத்து இயற்கை எய்தி விட்டார். பிறகு பாலாஜியை, கபாலி கோயிலில் சந்திப்பேன். நீண்ட நேரம் பேசுவோம், பேசுவோம், பேசிக் கொண்டேயிருப்போம். இப்படியே ஒரு சில வருடங்கள் ஓடின. எல்லாவற்றிற்கும் நேரம் வர வேண்டுமே! இப்போதுதான் வந்தது. அதுவும் சாதாரணமாக இல்லை. பாலாஜி தங்களது நாடக ஸ்க்ரிப்டையெல்லாம் தேடும் போது, மோகன் எழுதிய டைரியை படித்து, உடனே எனக்கு போன் செய்து, 'சீனு! மோகன் தன் டைரியிலேயே, 'என்னுடைய புத்தகங்கள் எல்லாம் அல்லயன்ஸ் கம்பெனியில் தான் வர வேண்டும்' என்று எழுதியிருக்கான் என்று தழுதழுத்துக் கூறினார். டைரி மூலமாக தனது நிலையை தெரிவித்த மோகனுக்கும், அதை என்னிடம் அன்புடன் தெரிவித்த பாலாஜிக்கும் எனது மனமார்ந்த நன்றி. கிரேஸி மோகன் பாலாஜியிடம் பேசி விட்டார்; பாலாஜியும் ஸ்க்ரிப்டையெல்லாம் தந்து விட்டார்; புத்தகங்களும் வந்து விட்டன. வாசகர்கள் எல்லாவற்றையும் வாங்கி ஆதரவு தெரிவிப்பார்கள் என நிச்சயம் நம்புகிறேன்.

அல்லயன்ஸ் ஸ்ரீநிவாஸன்

125வது ஆண்டில்...

தமிழில் நல்ல நூல்களை வெளியிட்டு வரும் அல்லயன்ஸ் ஸ்தாபகர் ஸ்ரீ வி. குப்புஸ்வாமி ஐயரை நான் பாராட்டுகின்றேன்.

- மகாத்மா காந்தி

நீதிகளைக் கற்பிக்கும் சிறுகதைகளையும், புதிய நாடகங்களையும், பல மொழிபெயர்ப்புக்களையும், இன்னும் பல விஷயங்களையும் எளிய அழகிய நடையில் வெளியிட்டுவரும் அல்லயன்ஸாரை நான் பாராட்டுகின்றேன்.

- மகாமகோபாத்தியாய டாக்டர் உ. வே. சுவாமிநாத ஐயர்

தமிழில் பல அழகிய புத்தகங்களை வெளியிட்டுவரும் அல்லயன்ஸாருக்கு நன்றி செலுத்தி அவர்களைத் தமிழ் மக்கள் ஆதரிக்க வேண்டுகின்றேன்.

- சி. ராஜகோபாலாச்சாரி

உலக சிரேஷ்டர்களின் சரிதையை எழுதுவதும் படிப்பதும் நமக்கு நல்லதையே செய்யும். அறிவை ஊட்டுவதற்கு இதுபோன்ற நூல்கள் பேருதவியாக இருக்கும். அல்லயன்ஸ் கம்பெனியாரோ பல பெரியோர்களின் சரித்திரத்தை வெளியிட்டவர்கள். மக்கள் நன்மையைக் கருதி உயர்ந்த நூல்களை வெளியிடும் அல்லயன்ஸ் கம்பெனியாருக்கு தக்க ஆதரவு கிடைக்குமென நம்புகிறேன். வந்தே மாதரம்.

- எஸ். சத்தியமூர்த்தி

இம்மாதிரியான புத்தகங்களை நமது பள்ளிகளில் இருக்கும் மாணவர்களுக்குக் கொடுப்பது அவசியம். இவைகளின் வழியாக நமது இளைஞர்கள் தேச சேவையைச் செவ்வையாகக் கற்றுக் கொள்ளலாம். இதுபோன்ற நூல்களை வெளியிடும் அல்லயன்ஸ் கம்பெனியாருக்கு தமிழ்நாடு என்றும் கடமைப்பட்டுள்ளது.

- முன்னாள் மத்திய மந்திரி டாக்டர் ப. சுப்பராயன்

நம் நாட்டுக்கு ஏற்பட்ட தனிப்பெருஞ் செல்வம் அதற்குக் கிடைத்த தலைவர்கள் என்று சொல்லலாம். வேறு எந்த நாட்டிற்கும் கிடைக்காத தலைமை நமக்கு உண்டு. தக்க சமயம் பார்த்து அல்லயன்ஸ் கம்பெனியார் இதுபோன்ற தேசபக்தர் நூல்களை வெளியிடுவதை நான் பாராட்டுகின்றேன்.

- முன்னாள் முதலமைச்சர் எம். பக்தவத்சலம்

தற்போது அல்லயன்ஸ் கம்பெனியார் தமிழ் உலகத்திற்குத் தந்துள்ள இதுபோன்ற அரிய ஜீவிய சரித்திரம் உண்மையில் நமது நாட்டிற்கு படிப்பினையை பூர்வாங்கமேனும் அடைவதற்குப் பெரிதும் உபயோகமாக இருக்குமென்று நான் நிச்சயமாக நம்புகிறேன்.

- 'ஹிந்து' முன்னாள் ஆசிரியர் ஏ. அரங்கசாமி ஐயங்கார்

தலைவர்களின் வாழ்க்கைச் சரித்திரப் புத்தகங்கள் எந்த இலக்கியத்திலும் ஒரு முக்கிய அம்சமாகும். அல்லயன்ஸ் கம்பெனியார் மற்ற பிரசுரகர்த்தர்களைவிட அதிகமான வாழ்க்கைச் சரித்திரப் புத்தகங்களை வெளியிட்டு, இந்திய சுதந்திரப் போராட்டத்தை இதன் மூலம் ஊக்குவித்தனர்.

- 'தினமணி' முன்னாள் ஆசிரியர் ஏ.என். சிவராமன்

நமது பிற்கால சந்ததிகள் தெரிந்து கொள்ளுவதற்காகத் திறம்பட நமது பெரியோர்களின் சரிதைகளை சரியாக எழுதி வைக்கும் வழக்கம் நமது தேசத்தில் இல்லாமலிருந்து வருவது வருந்தத்தக்கதாகும். இந்தக் குறையைத் திறம்பட போக்கி வரும் அல்லயன்ஸ் கம்பெனியார் நமது பாராட்டுதலுக்கும் நன்றிக்கும் உரியவர்களாகிறார்கள்.

- ஆர்.கே. ஷண்முகம் செட்டியார்

தேச பக்தர்களின் நூல்களை மிகவும் உயர்ந்த முறையில் பிரசுரித்திருக் கிறார்கள்.

- ஆனந்த விகடன்

நல்ல புத்தகங்களை, தகுந்த ஆசிரியர்களைக் கொண்டு எழுதி வெளியிடும் தன்மையில் அல்லயன்ஸ் கம்பெனியார் சிறந்தவர்கள். இத்தகைய பொறுப்பும் பிரயோஜனமுமான வேலையை அல்லயன்ஸ் கம்பெனியார் மேலும் மேற்கொள்வார்களாக.

- குமரன் (பத்திரிகை)

அல்லயன்ஸ் கம்பெனியாரது ஊக்கம் மேன்மேலும் அதிகரிக்கும் வண்ணம் தமிழ் மக்கள் இதுபோன்ற தேசபக்தர்களின் புத்தகங்களுக்கு ஆதரவு அளிப்பார்கள் என நம்புகிறோம்.

- சுதேசமித்திரன்

மிகவும் சொற்ப விலையில் இப்புத்தகத்தை பிரசுரிக்க அல்லயன்ஸ் கம்பெனியார் முன்வந்திருக்கிறபடியால், அவர்களுடைய எதிர்கால தேசிய சேவைக்கு ஊக்கங் கொடுக்கும் விதத்தில், இப்புத்தகத்தைத் தமிழர்கள் ஏராளமாய் வாங்கி ஆதரிப்பார்களென்று நம்புகிறேன்.

- 'தினமணி' முன்னாள் ஆசிரியர் டி.எஸ். சொக்கலிங்கம்

The publishers have done a service to Tamil Nadu by publishing in Tamil the biography of one who was the foremost leader of Indian opinion in modern times - Mahatmaji - whose sacrifices and services in the cause of the country were unprecedented.

- The Hindu

We trust that the students and youth will make the best use of the Publication.

- The Indian Express

No library of modern literature will be complete, it can be safely affirmed, without the excellent books of The Alliance Company.

- The Free Press

The Alliance Co., that enterprising publishers of Madras deserves the thanks of all lovers of Tamil for the service to the language.

- Sunday Times

மயிலை அல்லயன்ஸ் கம்பெனியாரின் வெளியீட்டுத் திறத்தை ஈண்டு விரித்துக் கூறவேண்டியதில்லை. அதை நாடறியும். அவர்களால் வெளியிடப்பெற்ற நூல்கள் தமிழ் நாட்டுக்குப் பலவகைகளிலும் பயன் விளைத்து வருவது கண்கூடு. நாட்டு நலங்கருதி ஒழுங்கு முறையில் உழைக்கும் அவர்களுக்கு நாடு கடமைப்படுவதாக.

- திரு. வி. க.

அல்லயன்ஸார் யாதொரு இடையூற்றையும் பொருட்படுத்தாது சிறிதும் ஊக்கம் குன்றாது நடத்திவரும் இந்த நிறுவனத்தின் மூலம் ஈடு செய்ய முடியாத அளவிற்குத் தமிழிற்குச் செய்திருக்கும் தொண்டு மிகவும் வியந்து பாராட்டுதற்குரியது.

- பெ. நா. அப்புஸ்வாமி

Books Published by Alliance Co., are highly popular books.

- Rt. Hon'ble V. S. Srinivasa Sastri

மதில் மேல் மாது

காட்சி - 1

மாதுவின் வீடு

டேப்குரல்: கௌசல்யா சுப்ரஜா ராம பூர்வா சந்த்யா ப்ரவர்த்ததே!

(ராமானுஜம் சாமி படங்களுக்கு தீபாராதனை காட்டிவிட்டு)

ராமானுஜம் : அப்பனே! வெங்கடாஜலபதி! எல்லாம் நல்ல படியா நடக்க அருள் புரிப்பா. (உள்ளே போய் வந்து உரக்க) வென்னீர் ரெடி - குளிக்கறவங்க குளிக்கலாம். வென்னீர் ரெடி - குளிக்கறவங்க குளிக்கலாம்.

(மாது, பின்னால் வந்து அவரை தொட)

ராமானுஜம் : வென்னீர் ரெடி...

மாது : (உரக்க) குளிக்கறவங்க குளிக்கலாம், அதானே!

ராமா : இல்லடா மாது! நீ குளிக்கறதுக்காக வென்னீர் போட்டு வச்சுருக்கேன். அதான் வென்னீர் ரெடி!

மாது : அதையேன் நடு கூடத்துல நின்னுண்டு காலங் கார்த்தால கோழிக்கு போட்டியா கூவறே? உள்ளே வந்து, மாது, வென்னீர் ரெடின்னு ரகசியமா சொல்றது!

ஒத்துக்கறேன். எனக்கு அம்மா இல்லேங்கற குறையே இல்லாம நீ காப்பாத்தறே. நான், ஆபீஸ் போக வசதியா எனக்காக காலைலே எழுந்து காபி போடறே. வென்னீர் கூட வக்கறே. Shirt, pantஐ இஸ்திரி போடறே.

ராமானுஜம் : டிபன் ரெடி பண்றேனே, அதை விட்டுட்டியே?

மாது : நீ காபி, டிபன் எல்லாம் ரெடி பண்ணறது எனக் காக. அதை கூடத்துல நின்னுண்டு ஏன் கத்தறே?

Atleast வெறும் ரெடி சொன்னாலும் பரவால்லே. ஏதோ அப்பா, பையனுக்காக ரெடி பண்ணறாருன்னு நெனைச்சுப்பாங்க. நீ என்ன பண்ணறே, காலனிக்கே அப்பா மாதிரி காபி ரெடி, குடிக்கறவங்க குடிக்கலாம், வென்னீர் ரெடி, குளிக்கறவங்க குளிக்கலாம்னு பொதுவா கத்தறே! போன மாசம் ஒரு நாள், நீ வென்னீர் ரெடி - குளிக்கறவங்க குளிக்கலாம்னவுடனே பாத்ரூம் வாசல்ல 30 பேர் வரிசையா சோப்பு, டவல், அண்டர்வேரோட நிக்கறாங்க. கேட்டா, தண்ணி கஷ்டத்துல யாருக்கு சார், இப்படி ஒரு நல்ல மனசு வரும். இந்த மாதிரி வென்னீர் ரெடியா போட்டு வச்சு, கூப்பிடறாங்கன்னு. எல்லாரையும் பிடிச்சு தள்ளினேன். ஒத்தனை மட்டும் பிடிச்சி தள்ள முடியலே.

ராமானுஜம் : ஏன்?

மாது : உன்னை நம்பி, எண்ணெய் தேச்சுண்டு, வழவழ கொழகொழன்னு சீக்காய் பொடியோட வந்துட்டான். பிடிச்சு தள்ளினா வழுக்கறது.

ராமானுஜம் : நீ குளிக்கலை? வென்னீர் ரெடிடா - ஆறிடப் போவுது... அதுக்கில்லடா, நீ பாட்டுக்கு delay பண்ணே, உம் பிரண்டு சீனு கரெக்டா எழுந்து வந்து உனக்காக சுட வச்ச வென்னீர்ல குளிச்சுட்டு பூடுவான். அப்புறம் என்னை நீ திட்டுவே!

மாது : நீ பாட்டுக்கு வென்னீர் ரெடிங்கறே, அந்த ராஸ்கல் சீனு வந்து குளிச்சுட்டு போயிடறான். காபி ரெடிங்கறே, அவன் வந்து குடிச்சுட்டு பூடுறான்.

ராமானுஜம் : உனக்கு வேணும்னா சொல்லு. காபியை கொண்டுவந்து உன் ரூம்லே தர்றேன். அனாவசியமா சீனுவை ஏன் திட்டறே? Friendsசா இருந்தாலும் அண்ணா தம்பி மாதிரி பழகுறீங்க. நீ ஆபீஸர்; பாவம் அவன் peonஆ இருக்கான். நீ friendக்காக செலவழிச்சா என்ன தப்பு? உன் சம்பளம் 2000ரூபா, அவன் 500 ரூபா சம்பாதிக்கறான்.

மாது : எங்க? என் 2000 ரூபாய்ல, அவனுக்கும் செல

வழிச்சது போக மிஞ்சறது அவன் வாங்கற அதே 500 ரூபாதான்.

ராமானுஜம் : அப்படி சொல்லாதேடா. என்னை படிக்க வைச்சது சீனுவோட அப்பாதான். அதே Schoolல படிச்ச உங்க அம்மாவை எனக்கு கல்யாணம் பண்ணி வச்சதும் சீனுவோட அப்பாதான். கல்யாணத்துக்கு முந்தியே, உங்கம்மா படிச்ச ஸ்கூல்லதான் நானும் படிச்சேன். அந்த Schoolல ஆம்பளை, பொம்பளை சேர்ந்து படிக்கலாம்... No Education.

மாது : No Education இல்லப்பா Coeducation... ஆனா, அதுவும் சரிதான். நீ படிச்சது பெரிய ஏழாம் கிளாஸ் - அதுல என்ன Education உனக்கு வந்திருக்கப் போறது. No Educationதான். இந்த ஏழாம் கிளாஸ், சீனு அப்பா படிக்க வச்சதுக்கா, இப்படி நீ சீனுவை தலைலே தூக்கி வச்சுண்டு கொண்டாடறே?

ராமானுஜம் : தோ பார் மாது! உனக்கு ஸ்திரமான புத்தியே கிடையாது. புடிச்சுருக்கோ, புடிக்கலையோ, தைரியமா முடிவெடுக்கணும். ஒண்ணு, வச்சுக் கணும், இல்லே வெட்டிவிடணும். இப்படி கொள்ளவும் முடியாம, தள்ளவும் முடியாம Wall on the cat மாதிரி அவஸ்தை படக்கூடாது.

மாது : Wall on the catஆ?

ராமானுஜம் : மதில் மேல் பூனை?

மாது : அது Cat on the wallப்பா. நீ சொன்ன Wall on the Catனா, பூனை மேல் மதில். பூனை நசுங்கி செத்துடும்.

(திரை)

காட்சி - 2

மாதுவின் வீடு

ஜெயபால் குரல் : அப்பா, பால் ரெடி. அப்பா, பால் ரெடி!

மாது : அது என்ன, அப்பா பால் ரெடி!

ராமானுஜம் : பால்காரன் ஜெயபால், வாயேண்டா! (ஜெயபால் Entry)

மாது : டேய்! ஜெயபால்! அது என்னடா அப்பா பால் ரெடி.

ராமானுஜம் : அது ஒண்ணுமில்லடா மாது. ஜெயபால் எல்லார் வீட்டுலேயும் அம்மா பால்ம்பான். நம்ம வீட்டுல தான் பொண்ணுங்களே கிடையாதே, உனக்கும் சீனுக்கும் கல்யாணம் ஆகலே! நானும் widow.

ஜெயபால் : சார், என்ன சார்? widowங்கற. Widowனா விதவை சார். நீ widower. எட்டாம் கிளாஸ் படிச்ச எனக்கே தெரிஞ்சிருக்கு, படிச்ச ஆளு நீ தப்பா English பேசறீயே!

மாது : எங்கப்பா என்ன படிச்சுருக்கார்னு நெனைச் சுண்டுருக்கே?

ஜெயபால் : அவரே சொன்னாரே 7th standardனு. பெரிய படிப்பு. நான் என்ன கண்டேன்? சாதா எட்டாம் கிளாஸ்.

மாது : எட்டாம் கிளாஸைவிட 7th standard பெரிசா? என்னப்பா ரீல் வுட்டுருக்கியா?

ராமானுஜம் : பேசாம இரேன். அது ஒண்ணுமில்லடா ஜெயபால். நீ பாலை ஊத்திட்டு போ.

மாது : ஜெயபால், உன்னை யார் படிக்க வச்சா?

ஜெயபால் : எட்டு கிளாஸ் ஒரு படிப்பா சார்? 8 கிளாசுக்கு என்ன சார் படிக்க வக்கறது? எந்த கழுதை வேணாலும் படிக்கலாம். என்ன சார் சொல்றீங்க?

ராமானுஜம் : சரிடா. நீ பாலை ஊத்திட்டு போயேன். (பால் ஊத்துதல்)

FREE-LOOK

ஜெயபால் : டெல்லி பசு சார். என்ன சார் அப்படி கேட்டுட்டீங்க? டெல்லி சம்பந்தமா கேள்வி கேட்கறேன் எப்படி பதில் சொல்றதுன்னு பாரு. ராஜீவ் காந்திக்கு இந்திரா காந்தி என்ன உறவு?

(மாடு 'ம்மா' என்று கத்துகிறது)

மாது : ஜெய்பால்! நானும் இதே கேள்வியை நீ போனதுக்கப்பறம் கேட்டேன். சாணி போட்டுட்டு போயிடுத்து!

(சீனு Entry)

ஜெயபால் : வா சீனு, இப்ப தான் எழுந்திரிச்சியா?

சீனு : என்ன ஜெயபால், பால் என்ன தண்ணிய இருக்கு?

ஜெயபால் : சார் அது...

சீனு : நீ ஒண்ணும் சொல்ல வேணாம். மாட்டுக்கு ஜல தோஷம், தண்ணியா கறந்திருக்கும். அதானே! நானும் ஓரளவு 7th standard வரை படிச்சுருக்கேன்.

ஜெயபால் : சீனு நீ 7th standardஆ? ஏன் பின்ன peonஆ இருக்க?

மாது : 7th standard படிச்சுட்டு peonஆ இல்லாம மானேஜராவா இருப்பான்?

ஜெயபால் : 7th standard பெரிய படிப்பு இல்ல?

மாது : 7th standard பெரிய படிப்பா. எந்த மடையன் சொன்னான்? சொல்லப் போனா 7th standard படிப்பே இல்லை.

ராமானுஜம் : மாது, ஜெயபாலை இப்ப நீ வெளில அனுப்ப போறீயா? இல்லே சீனுவுக்கு நான் ரெடி சொல்லட்டுமா? டவல், சோப்போட வந்துருக்கான்.

மாது : மறந்தே போச்சு. ஜெயபால், நீ போடா.

ஜெயபால் : வரேன் சார். மாது, சட்னு கல்யாணத்தை பண்ணிக்க. உனக்கு பொண்ணு பாக்கறச்சே, அப்படியே சீனுக்கும் ஒண்ண பாத்து கட்டி வை. எவ்வளவு நாள்... அப்பா பால்னு சொல்றது. அம்மா பால்னு styleஆ குரல் கொடுக்கறேன். உன் கல்யாணத்துக்கு நான்தான் பால் ஊத்தப் போறேன்.

மாது : கருமாதிக்குத்தாண்டா பால் ஊத்துவாங்க.

கல்யாணத்துக்கு இல்லை. பாஷையை பாரு. பால் supply பண்ணப் போறேன்னு சொல்லேன். (திரும்பி) ஹாய் சீனு.

சீனு : ஹாய்.

மாது : எங்க டவல் சோப்போட, குளிக்கவா?

சீனு : ம்.

மாது : ஒரு நிமிஷம். காலைலே காபி சாப்பிட்டியே, பல் தேய்ச்சியா?

சீனு : சாரிடா. பல் தேய்ச்சுட்டு காபி சாப்பிடணும். இன்னிக்கு காபி சாப்பிட்டுட்டு பல் தேய்ச்சேன். இது ஒரு தப்பா...?

மாது : பொய் சொல்றே! நீ எப்படி பல்தேய்ச்சு இருக்க முடியும்? இப்பதான் ரூமை விட்டு வர... உன் னோட பிரஷ் பாத்ரூம்ல இருக்கு.

சீனு : காலைலே காபி சாப்பிடறச்சே, காபி டம்ளர் பக்கத்துல ஒரு பிரஷ் இருந்தது. அதால என் ரூம்லேயே தேச்சுட்டேன்.

மாது : டேபிள்ள பிரஷ்ஷா? என்னப்பா உளர்றான்?

ராமானுஜம் : நான்தாண்டா மாது நீ நேத்து கேட்டியேன்னு புது பிரஷ் வாங்கி, டேபிள்ள வச்சேன்.

மாது : அப்படியா... அடப்பாவி! அது என்னோட பிரஷ்டா.

சீனு : உன்னோட பிரஷ்ஷா? Colgate பிரஷ்னா போட்டுருந்தது?

மாது : பன்னாடை. எனக்காக வாங்கி வச்ச பிரஷ். உன் னோட பெரிய உபத்திரவம்பா. எல்லாத்தையும் டேபிள்ள கொண்டு போய் வச்சுடறே; மொத காரியமா டேபிளை தூக்கி என் ரூம்லே வச்சுக்கணும்.

சீனு : சரிடா. தெரியாம எடுத்து, ஒரு தடவை தேய்ச்சுட் டேன். திருப்பி தந்துடறேன், போறுமா?

மாது : சரி, ஏது paste? வெறும் பிரஷ்ஷாலே தேய்ச்சியா?

ராமானுஜம் : மாது! நீ பிரஷ் கேட்டியா? சரி, வாங்கறதுதான் வாங்கறோமேன்னு பிரஷ்ஷோட pasteம் வாங்கி...

மாது : டேபிள்ள வச்சுட்டியா? போச்சு. இவ்வளவு பண்ணியே, பேசாம அப்படியே சீனுவுக்கு பல்லையும் தேய்ச்சுவிட்டுட்டு வரதுதானே! பிரஷ்ஷுதான் எச்சை பண்ணிட்டே பீடை! அந்த Paste Tubeபையாவது திருப்பித் தா. மீதி ஏதான வச்சிருக்கீயா? இல்லே அப்படியே Cone Ice cream சாப்பிடறா மாதிரி வாய்ல வச்சு அத்தனையும் பிசுக்குனு அமுத்திட்டியா?

சீனு : சொன்னா நம்ப மாட்டே மாது, நான் ஒரு சொட்டு paste கூட உபயோகப்படுத்தலே. மூடி ரொம்ப டைட்டா இருந்தது. திறக்க முடியலே. வழக்கம் போல நாம Bottle மூடியை திறக்க, கதவிடுக்கிலே வச்சு கெட்டியா பிடிச்சு திறப்போமே, அது மாதிரி Tooth paste tubeபை கதவிடுக்கிலே வச்சு, பிடிச்சு, மூடியை திறக்கப் பார்த்தேன். மூடி ரொம்ப டைட். திறக்கலே. கதவை வேகமா சாத்தினதுல அதுல இருந்த pasteலாம் tube பின்பக்கம் கிழிஞ்சு கதவிலே பீச்சியடிச்சுடுத்து.

மாது : பாவி! அப்ப இனிமே பல்தேய்க்கணும்னா உன் ரூம் கதவுல ஒட்டிண்ட pasteஐ பிரஷ்ஷாலே வழிச்சு எடுக்கணுமா? இந்நேரம் காஞ்சுருக்கும். சுரண்டித்தான் எடுக்கணும். அப்பா நீ எனக்காக வாங்கினது paste இல்ல waste. Atleast கதவையான Clean பண்ணியா? காபில ஆரம்பிச்சு, Shave பண்ணிக்கற பிளேட்வரை, தம்மாத்தூண்டு டேபிள்ள வச்சு சீனுவுக்கு தாரை வார்த்திருக்க...

சீனு : Paste ஒட்டிண்டு பிசுபிசுன்னு ஆயிடுத்து. அதையே use படுத்தி shave பண்ணினேன்.

மாது : பர்மா பஜார் வரை போய் வாங்கிண்டு வர, பக்கத்து ரூம்ல இருக்கேனே, எங்கிட்ட தரக் கூடாதா? அப்பா, தெரியாம கேக்கறேன். நீ எனக்கு அப்பாவா சீனுவுக்கு அப்பாவா? இப்படி பிராணனை வாங்கிட்டியே.

சீனு : தப்பு உம்பேர்ல! எவ்வளவு நாள்தான் அப்பா, உன்னை கவனிச்சுப்பார்? உனக்கு வேண்டிய தெல்லாம் கரெக்டா டயம் பார்த்து செய்ய அவர் என்ன நீ தாலி கட்டின பொண்டாட்டியா? சார்,

சட்டு புட்டுனு மாதுவுக்கு ஒரு பொண்ணை பாருங்க.

மாது : என் துரதிர்ஷ்டம். அப்படியே பொண்ணு பார்த்தாலும் சும்மா இருப்பாரா? பார்த்த பொண்ணை வழக்கம் போல இந்த டேபிள்ள கொண்டுவந்து வச்சுடுவார். நீ வந்து தாலிகட்டிட்டு பூடுவே.

சீனு : அசிங்கம் புடிச்சவன்டா நீ! சார், மாதுவுக்கு பாக்கறச்சே, குழப்பம் இல்லாம இருக்க எனக்கும் ஒரு பொண்ணை பாத்துருங்க. அவன் M.A. படிச்சுருக்கான், படிச்ச பொண்ணா பாருங்க. நான் after all 7th Standard - உங்களை மாதிரி. நீங்க காட்டற பொண்ணு கழுத்துல தாலி கட்டறேன்.

(பாத்ரூம் உள்ளே சீனு போகிறான்.)

மாது : அப்பா, பேசாம நிக்கறீயே! சீனு போறாம்பா... போயிட்டான்... வென்னீர் போச்சு.

ராமானுஜம் : மடையா, நாம தான் சீனு கிட்ட புளுகிட்டோமே அண்டால வென்னீர் ரெடி இல்லேன்னு.

(திரை)

காட்சி - 3

மாதுவின் வீடு

ராமானுஜம் : (மாது அறையைப் பார்த்து ரகசியமாக) மாது, மாது... எழுந்துருடா. வென்னீர் ரெடி... அந்த பன்னாடை சீனு வரதுக்கு முன்னாடி சட்டு புட்டுனு குளிச்சுட்டு வந்துருடா சீக்கிரம்.

(உள்ளே போகிறார். மாது அறையிலிருந்து போர்வையை போர்த்திய படி சீனு எழுந்து, பாத்ரூமுக்குள் செல்ல, மாது, சீனு போர்ஷனிலிருந்து கொட்டாய் விட்டபடி எழுந்து வருகிறான்).

உனக்கு நான் எவ்வளவு தான் வசதி பண்ணி

கொடுத்தாலும், அனுபவிக்க துப்பில்லைடா உனக்கு.

மாது : என்ன சொல்ற?

ராமானுஜம் : வென்னீர் ரெடி பண்ணி, சிரமப்பட்டு உன்னை எழுப்பி குளிக்க அனுப்பிச்சா இப்படியா காக்கா குளி குளிச்சுட்டு வருவே?

மாது : நான் குளிச்சேனா? என்னப்பா சொல்றே?

ராமானுஜம் : முண்டம். டெய்லி உனக்கு பதிலா, அந்த பன்னாடை சீனு குளிக்கறதுக்கு முந்திக்கற தேன்னு நான்தான் இன்னிக்கு ideaவா வென்னீர் ரெடி பண்ணிட்டு சத்தம் போடாம, உன்னை எழுப்பி, குளிக்க அனுப்பிச்சேனே?

மாது : நான் இன்னிக்கு சீனு போர்ஷன்லே அவன் ரூம் வாசல்ல படுத்துண்டேம்பா... நீ வென்னீர் ரெடினு சொன்னவுடனே பாத்ரூம் ஓட வசதியா...

ராமா : அப்ப சீனு. (சீனு போர்ஷன் சமீபம் சென்று) சீனு, ஏய் சீனு, வாடா வெளில.

(பாத்ரூமில் குளிக்கும் சத்தத்திற்கு நடுவே சீனு பாடியபடி)

குரல் : என்னடா...

மாது : குரல் எங்கேந்து வரது சீனு?

குரல் : இரேண்டா. இப்படியே வந்தா அசிங்கமா இருக்கும். உடம்பை துடைச்சுண்டாச்சு. லுங்கியை கட்டிண்டு வரேன்.

(சீனு Entry)

சீனு : ஒழுங்கா குளிக்க விட மாட்டீங்களே! என்னடா?

மாது : சீனு, பாத்ரூம்ல குளிச்சது நீயா?

சீனு : ம்.

மாது : எப்படிடா...

சீனு : எப்படியா? எல்லாரையும் மாதிரி தான்... சொம்பால மொண்டு மொண்டு குளிச்சேன்.

மாது : ஏண்டா, நீ உன் ரூம்லதான் ராத்திரி படுக்க போனே?

சீனு : படுக்கப் போனது வாஸ்தவம்தான். பாதி ராத்திரி யில எழுந்து பாத்ரூம் போனேன்.

மாது : பாதி ராத்திரியில குளியலா?

சீனு : இது அந்த பாத்ரூம் இல்லடா. அப்ப பாத்தேன் நீ என் ரூம் வாசல்ல கூர்க்கா மாதிரி படுத்துண்டு இருந்தே. உன்னை தாண்டி போக, ரொம்ப சிரமப்பட்டேன். திரும்பி உன்னை தாண்டி என் ரூமுக்குள்ள போனா, உன்தூக்கம் கலையுமேன்னு உன்னை disturb பண்ண வேணாம்னு உன் ரூம்ல போய் படுத்துட்டேன்.

மாது : விடிகார்த்தால என்னை பெத்த ராசா, எங்கப்பா வந்து, வென்னீர் ரெடி அந்த பன்னாடை வரதுக்குள்ள போய் குளின்னார்.

சீனு : கரெக்ட்!

மாது : சீனு, அவர் எழுப்பினது என்னை. ஆனா எழுந்தது நீ... அவர் பன்னாடைன்னு சொன்னது உன்னை. அது போய் சேர்ந்தது என்னை.

ராமானுஜம் : சரிடா மாது!

மாது : ஏம்பா எழுப்பினியே, மாது குளிக்க போ. அந்த பன்னாடை சீனு வரதுக்குள்ளேன்னு விவரமா சொல்லியிருக்கக் கூடாது? அப்ப சொல்லி ருப்பான் இல்லையா - நான் மாது இல்லை - சீனு பன்னாடைன்னு.

ராமானுஜம் : டேய்! சும்மா என்னை தப்பு சொல்லாத! குளிக்க எழுப்பினதை விடு... அதுக்கு முன்னாடி இந்த மூதேவிக்கு நீன்னு நெனைச்சு, படுத்துண்டு இருக்கறவனை எழுப்பி, ரகசியமா காபி கொடுத்தேன்.

மாது : பலே! காபி வேற ஆச்சா? பரவால்லேடா சீனுவாசா! படுத்துக் கொண்டே ஜெயிச்சுருக்கே! அப்பா, மொதல் காரியமா, உன் சொத்தை எம்பேர்ல உயில் எழுதி வைப்பா.

ராமானுஜம் : மாது!

மாது : என்ன, எழுதிவக்கற அளவுக்கு ஒண்ணும் இல்லேங்கறியா? இருக்கறதை எழுதி வைப்பா.

ராமானுஜம் : அதில்லைடா...

மாது : அதுவும் இல்லையா?

ராமானுஜம் : என்னடா உளர்றே?

மாது : இல்லப்பா. எனக்கு பயமாயிருக்கு. வீட்டுலேந்து இல்லை, வெளில கூட எனக்கு வர வேண்டிய தெல்லாம் சீனுவுக்கு போயிடறது. எங்க ரெண்டு பேர் ராசி அப்படி. அவனுக்கு ஜலதோஷம் வந்தா நான் தும்மறேன். நான் வெத்திலை போட்டா அவனுக்கு வாய் சிவக்கிறது. சொல்ல முடியாது. நாளைக்கு உனக்கு ஏதான ஆயி, நீ மூச்சுப் பேச்சு இல்லாம கிடப்பே. அப்ப பாத்து நான் ஆபீஸ் வேலையா டூர் போய் இருப்பேன். வக்கீல் உன்கிட்ட யார் பேர்ல சொத்தை எழுதறதுன்னு கேப்பார். நீ சீனு பேர்ல இல்லேனு தான் சொல்ல வருவே. கடைசீல சினிமா அப்பா மாதிரி சீனு பேர்ல சீனு பேர்லனு சொல்லிட்டு பூடுவே.

(திரை)

காட்சி-4

மாதுவின் வீடு

மாது : இவனால இன்னும் என்னவெல்லாம் கஷ்டம் வரப் போகுதோ?

ராமானுஜம் : டயமாகுதேடா? offieceக்கு நேரமாச்சே?

மாது : இல்லை, இன்னிக்கு எனக்கு வெளில வேலை இருக்கு. லேட்டாதான் office போவேன்.

ராமானுஜம் : ஆமாம். லேட்டா வருவேங்கறது உன் மானேஜ ருக்குத் தெரியுமா?

மாது : என்ன மானேஜர்? என்னோட ஒண்ணுவிட்ட மாமாதானே?

ராமானுஜம் : என்னதான் ஒண்ணுவிட்ட மாமாவா இருந்தாலும் அவர் ஆபீஸ்ல மானேஜர்... சலுகை எடுத்துக்கக் கூடாது. அவர்கிட்ட சொல்லிட்டு வெளில போ.

மாது : நான் நேத்திக்கே இந்த மாதிரி நாளைக்கு லேட்டா வருவேன், வெளில வேலை இருக்குனு ஒரு லெட்டர் எழுதி சீனுகிட்ட கொடுத்து, அவர் கிட்ட கொடுக்க சொல்லிட்டேன்.

ராமானுஜம் : அப்புறம் என்ன, ஒரு நிமிஷம், சீனு கிட்ட கொடுத்தியா? அசடு, எங்கயானா கொடுக்காம பைலயே வச்சுருக்க போறது. சீனு கிட்ட கேட்டுடு.

மாது : கேக்கறேன். அப்புறம் அப்பா, சீனு கிட்ட போய், office மானேஜர், மாதுவுக்கு ஒண்ணுவிட்ட மாமா. அவனுக்கு பிரமோஷன் எல்லாம் வாங்கி தந்தது அவர்தான்னு பீத்திக்காத.

ராமானுஜம் : நான் ஏண்டா சொல்றேன் இதெல்லாம்?

சீனு : (வந்து) என்ன சார், டிபன் ரெடியா?

ராமானுஜம் : ஆமாம், டிபன் ரெடி... எப்ப குரல் கொடுத்தாலும், கொட்டிக்கறதுக்குத்தானா? மாது ஏதோ சொல்லணுமாம்.

மாது : ஒண்ணுமில்லடா சீனு, நேத்து ஒரு லெட்டர் எங்க மானேஜர் கிட்ட கொடுக்க சொன்னேனே...

சீனு : நேத்தியே கொடுத்துட்டேனே.

மாது : அதான் - Thanks.

சீனு : நீ ரெண்டு Thanks சொல்லணும்.

மாது : எதுக்கு?

சீனு : லெட்டர் கொடுக்கறச்சே, உன் சார்புல சார் மாது நாளைக்கு லீவு, வரமாட்டான், இந்தாங்க லீவு லெட்டர்னு சொல்லி கொடுத்து இருக்கேனே!

மாது : அடப்பாவி! உன்னை யாருடா அதெல்லாம் சொல்ல சொன்னா? அது லீவு லெட்டர்னு நான் சொன்னேனா?

சீனு : எனக்கென்ன தெரியும்? சாதாரணமா மானேஜர் கைல லீவு லெட்டர்தான் கொடுப்பாங்க.

மாது : அவர் என்ன சொன்னார்?

சீனு : அப்ப ஒண்ணும் சொல்லலை. வெறும் ஏன்னு

கேட்டார். அப்புறம் நான் ஒண்ணு சொன்னதுக்குத் தான் அவர் முகம் பேயறைஞ்ச மாதிரி ஆயிடுத்து. அதான் ஒண்ணும் புரியலே.

மாது : என்ன சொன்னே?

சீனு : இந்த மாதிரி மாது நாளைக்கு லீவு சார்னேன். ஏன்னு கேட்டார். டக்குனு எனக்கு எதுவுமே ஞாபகத்துக்கு வரலை - நான் வழக்கமா சொல்ற பொய்யை சொல்லிட்டேன் - மாதுவோட ஒண்ணுவிட்ட மாமா திடீர்னு செத்துட்டார்னு.

(திரை)

காட்சி-5

மாதுவின் வீடு

(மாது கர்லா கட்டை சுத்தியபடி இருக்க)

ராமானுஜம் : என்னடா காலங்கார்த்தால எழுந்து சாதாரணமா சீனுவோட வென்னீர் விளையாட்டு விளை யாடுவே? இன்னிக்கு என்ன பயங்கரமா Exercise பண்ணிண்டுருக்கே?

மாது : காரணமாத்தான். சீனுக்கு Exercise பண்ண சொல்லித் தரமாதிரி அவனை மொட்டை மாடிக்கு அழைச்சிண்டு போயி, பேசிண்டே, நைஸா மொட்டை மாடி கதவ பூட்டிண்டு கர்லா கட்டையோட அவனை மொட்டை மாடில விட்டுட்டு கீழ வந்து நிம்மதியா வென்னீர்ல குளிக்கப் போறேன். Yes, நான் வென்னீர்ல குளிக்கணும். அதை பாத்து அவன் துடிக்கணும்.

ராமானுஜம் : நீ குளிக்கறதை அவன் பாக்கணுமா? பைத்தியம்.

மாது : பாக்கறதுன்னா பாக்கறதா? நான் கீழ வென்னீர்ல குளிக்கறத கேள்விப்பட்டு, அவன் மொட்டை மாடியில் வெய்யில்ல துடிக்கணும். கத்திக்கு கத்தி, ரத்தத்துக்கு ரத்தம் மாதிரி வென்னீருக்கு வென்னீர்.

(சீனு Entry)

மாது : சீனு, சும்மாதானே இருக்கே - வாயேன் மொட்டை மாடிக்கு போயி பேசிண்டுருப்போம்.

சீனு : மொட்டை மாடிக்கு எதுக்கு?

ராமானுஜம் : மாது மறந்துடாதே, இந்தா மொட்டை மாடி பூட்டு சாவி!

சீனு : பூட்டு சாவி எதுக்கு?

மாது : ரொம்ப அவசியம். இப்ப நீட்டுவியே. அது இல்லடா. பேசிட்டு வரச்சே, பூட்டிட்டு வரதுக்கு.

ராமானுஜம் : மாது, மறந்து போய் உன்னையும் உள்ளே வச்சு பூட்டிண்டுடாதடா!

சீனு : என்ன சொல்றார் உங்கப்பா?

மாது : அது ஒண்ணுமில்லை. சும்மா வாயேன், மொட்டை மாடிக்கு போய் Exercise பண்ணலாம். Exercise பண்ணிட்டு வென்னீர்ல குளிச்சா, உடம்புக்கு நல்லதாம். பேப்பர்ல போட்டுருக்கான்.

சீனு : Okடா, இது என்ன நாட்டுக்கட்டை?

மாது : முண்டம்! இது நாட்டுக் கட்டை இல்ல. கர்லா கட்டை.

சீனு : இது கர்லா கட்டை. Ok, எப்படி Exercise பண்ணணும்?

மாது : கர்லா கட்டையை சுத்தணும்... சுத்தினா கைகளுக்கெல்லாம் நல்ல பலம் வரும்.

சீனு : அவ்வளவு தானே? குடு... இதுக்கெதுக்கு மொட்டை மாடி கட்டை வச்சு சுத்த?

மாது : என்ன பண்ற?

சீனு : கர்லா கட்டையை சுத்தணும்னீயே? எவ்வளவு சுத்து சுத்தணும்?

மாது : 108 தடவை சுத்திட்டு அப்புறம் 5 தடவை அங்க பிரதட்சணம் பண்ணணும். மாசத்துக்கு ஒரு தடவை வேல் குத்திண்டு, வேப்பிலை எடுத்துண்டு சுத்தணும். பிரதட்சணம் பண்ண அது என்ன பிள்ளையாரா? கைல வச்சுண்டு சுத்த

ணும்டா... சுத்து...

(சீனு தன்னைத்தானே சுற்றுகிறான்.)

மாது : என்ன பண்ணறே?

சீனு : கர்லா கட்டையை வச்சுண்டு சுத்தணும்னியே?

மாது : நீ மாடிக்கு வா... நான் எப்படி சுத்தணும்னு சொல்லி தரேன்.

சீனு : இங்கேயே சொல்லித் தாயேன்.

மாது : எக்ஸர்ஸைஸ்லாம் மொட்டை மாடிலதான் வெய்யில்ல வேர்வை சொட்ட, சொட்ட செய்யணும். வா, உன்னை ஒரு மாதிரி ஆக்கிடறேன். அப்பா! பூட்டு சாவியை கொடு.

சீனு : இதான் எதுக்குன்னு புரியலை சார். வென்னீர் ரெடியானவுடனே குரல் கொடுங்க.

மாது : மொதல்ல உன்னை வேர்வையில குளிப்பாட்டறேன். அப்புறமா வென்னீர்ல குளிக்கறதெ பத்தி யோசிக்கலாம். வா.

(Exit)

(ராமானுஜம் கிளம்ப, ஒருவர் பை சகிதமாக வருகிறார்)

அவர் : நமஸ்காரம்.

ராமானுஜம் : நமஸ்காரம்... அடடே, வாடா சாம்பமூர்த்தி.

சாம்பமூர்த்தி : சுத்தி வளைச்சு பேசாம straightஆ விஷயத்துக்கு வரேன். எம் பொண்ணு கல்யாண விஷயமா பேச வந்தேன்.

ராமானுஜம் : தாராளமா பேசு, கேக்கறேன்.

சாம்பமூர்த்தி : உம் பையனுக்கு எம் பொண்ணை கட்டி வக்கலாம்னு இருக்கேன். என்ன சொல்றே?

ராமானுஜம் : தோ பார். நானும் நீயும் பத்து வருஷமா friends. ஒண்ணா பஸ்ல போறோம், டெய்லி மார்க்கெட்டுல ஒண்ணா கறிகாய் வாங்கறோம். அதுவும் ரொம்ப நாள் கழிச்சு, இப்ப தான் பாத்து பேசிக்கறோம். வேற நல்ல விஷயமா பேசுவோமே?

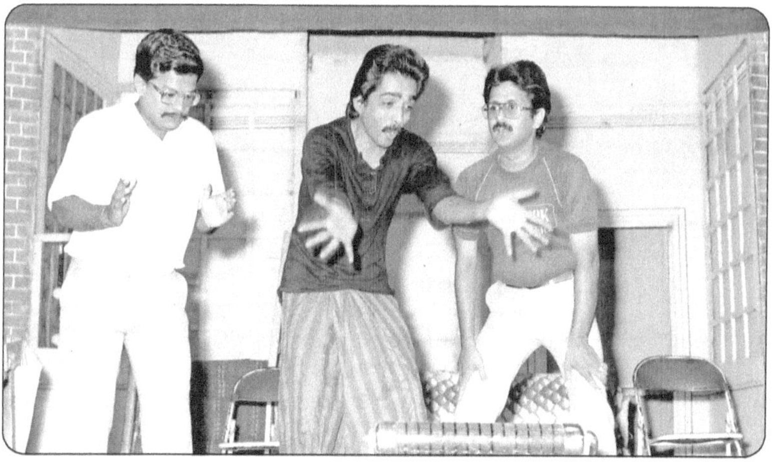

சாம்பமூர்த்தி : நான் உன் பையன் கல்யாண விஷயமா பேச வந்தா...

ராமானுஜம் : என் பையன் கல்யாண விஷயமா, எனக்கு நானே பேசிக்கறதில்லை. அப்படியே பேசினாலும் மன சுக்குள்ளதான் பேசிக்கறேன்னா நீயே பாத்துக் கோயேன்.

சாம்பமூர்த்தி : ஏண்டா...

ராமானுஜம் : அவன் ஒரு டைப்புடா. சின்ன ஏமாத்தத்தைக் கூட அவனால தாங்கிக்க முடியாது. ஆயுசு பூரா புலம்புவான். உம் பொண்ணு கழுத்துல தாலியை கட்டிட்டு, காலம்பூரா என் தாலியை அறுத்துண்டு இருப்பான்.

சாம்பமூர்த்தி : ராமானுஜம், நான் எம் பொண்ணை ஒண்ணும் சும்மா கட்டி வைக்கப் போறதில்லே. கல்யாணத் துக்கு பத்து பவுன் நகை போடறேன். தீபாவளிக்கு உன் பையனுக்கு கைல மோதிரம் போடறேன். உன் பையன் பேர்ல வீடு வாங்கி போடறேன்.

ராமானுஜம் : தோ பார். நீ என் பையனுக்கு போடறேன் போட றேன்னு சொல்றதெல்லாம் என் தலைல குண்டை போடறேன் குண்டை போடறேன்னு என் காதுல விழறது.

சாம்பமூர்த்தி : என்னடா சொல்ற ?

ராமானுஜம் : அதான் சொன்னேனே, அவன் ஒரு டைப் - 'மதில் மேல் பூனை' டைப். இந்த பக்கமும் குதிக்க மாட்டான். அந்த பக்கமும் குதிக்க மாட்டான். இதுல நான் ஏதானா தப்பு பண்ணி வச்சேன், பூனை ரெண்டு பக்கமும் குதிக்காம, எம்மேல விழுந்து பிராண்டிடும்.

சாம்பமூர்த்தி : என்ன எழவுடா... கல்யாணத்தைப் பத்தி பேச வந்தா, பூனை, புள்ளைனு பேசற ?

ராமானுஜம் : எம் பையனை கூப்பிடறேன். அவன்தான் கல்யாணத்தை பத்தி ஒரு பட்ஜெட்டே போட்டு வச்சுருக்கான். நீயே அவங்கூட பேசிடு.

சாம்பமூர்த்தி : பட்ஜெட்டு, வரதட்சணை, டவுரிலாமா ?

ராமானுஜம் : இல்லே. அவன் தனக்கு வரப்போற wife எப்படி

லாம் இருக்கணும்னு போட்ட பட்ஜெட். வரதட்சணை... டவுரிலாம் அவன் கேக்க மாட்டான்.

சாம்பமூர்த்தி : இந்த காலத்து பசங்க வரதட்சணை கேக்கறது இல்லை.

ராமானுஜம் : நான் அந்த காலத்து பையன். கேப்பேன். எம் பையன் பட்ஜெட் Okயாச்சுன்னா, பின்னாடி நான் வருவேன் என்னோட பற்றாக்குறை பட்ஜெட்டோட. உம் பொண்ணை எம் பையன் முடிவு பண்ணுவான். அப்பால, நான் உன்னை ஒரு வழியா முடிவு பண்ணுவேன்.

சாம்பமூர்த்தி : சரி. சரி. நீ பெத்த பூனையை கூப்பிடு. எப்படி மியாவ்னு கூப்பிடணுமா, இல்லே பேர் கீர் வச்சுருக்கியா?

ராமானுஜம் : மாது... மாது... எக்ஸர்ஸைஸ் பண்ணது போதும். கீழ வா... வந்துடுவான். என்ன சாப்பிடற? காபி?

சாம்பமூர்த்தி : இல்லை, ஒரு வாரமா ஜலதோஷம். தொண்டை சரியில்லை... சூடா ஒரு டம்ளர் வென்னீர் தாயேன்.

ராமானுஜம் : உனக்கும் வென்னீரா? என் ராசி. என் மூஞ்சியை பார்த்தா எவனுக்குமே வென்னீர்தான் கேக்க தோண்றது. இரு வர்ரேன்... (Exit; மாது Entry; உட்கார்ந்திருக்கும் சாம்பமூர்த்தியின் பின்னால் வந்து, அவரை ராமானுஜம் என்று நினைத்து அடித்து)

மாது : சீனு குளோஸ். மாடில வச்சு பூட்டிட்டேன். உடம்பு இளைக்க எக்ஸர்ஸைஸா பண்ணறே? ராஸ்கல்! வெய்யில்ல உருகியே ஒல்லியாயிடப் போறான் பாரு!

சாம்பமூர்த்தி : எம் பேர் சாம்பமூர்த்தி. நீங்கதான் பூனையா? அது... சீ... மாதுவா?

மாது : ம்.

சாம்பமூர்த்தி : நான் உங்கப்பாவோட friend.

மாது : அப்படியா? ஒரு நிமிஷம்... அப்பா வென்னீர் ரெடியா?

சாம்பமூர்த்தி : ரெடி இல்லை.

மாது : என்ன சொல்றீங்க?

சாம்பமூர்த்தி : நான்தான் வென்னீர் கேட்டேன். கொண்டுவர உங்கப்பா போயிருக்கார்.

மாது : எழுந்துருய்யா. அந்த வென்னீரை நீ தொட்ட, செருப்பால அடிப்பேன். விளையாடறீங்களா? எங்கப்பா வென்னீர் போடறது எனக்காக... ஆளுக்காள் friendனு வந்து வென்னீரை Enjoy பண்ணிட்டு போறீங்களா?

சாம்பமூர்த்தி : உடம்பு சரியில்லேன்னு வென்னீர் கேட்டேன்.

மாது : உனக்கு உடம்பு சரியில்லேன்னா, உன் வீட்டுல வென்னீர் போட்டுக்கறது.

சாம்பமூர்த்தி : நான் வேண்டாம்னுதான் சொன்னேன்.

மாது : Please போயிடுய்யா. என்ன? சோப்பு டவல் எல்லாம் எடுத்துண்டு வந்துடுவீங்களே குளிக்கறதுக்கு?

(ராமானுஜம் Entry)

மாது : அப்பா...

ராமானுஜம் : இருடா. சாம்பமூர்த்தி, இந்தா வென்னீர்.

மாது : அப்பா தராத... இப்ப இப்படித்தான் ஒரு டம்ளர்ல ஆரம்பிப்பார்-அப்புறம் அடுத்த வாரம் அண்டால நிப்பார்.

ராமானுஜம் : பைத்தியம். இவன் என் friend, சாம்பமூர்த்தி. உன்னை பாக்க வந்துருக்கார். பையனோட நீ பேசினியாடா।

சாம்பமூர்த்தி : நானும் உங்கப்பாவும் ரொம்ப Close friends.

ராமானுஜம் : ஆமாண்டா மாது. பஸ்லே ஒண்ணா போவோம். மார்க்கெட்டிலே ஒண்ணா கறிகாய் வாங்கு வோம். இவன் பேரைக் கேட்டா, மார்க்கெட்டே நடுங்கும்.

மாது : பேர் என்ன? பூகம்ப மூர்த்தியா?

ராமானுஜம் : அதில்லடா. இவன் சாபம் கொடுத்தா அது பலிச்சுடும். அப்படியொரு கரிநாக்கு. சிலசமயம் நாங்க பஸ் ஸ்டாண்டுல நிக்கறச்சே, பஸ் டபிள்

விசில் கொடுத்து நிக்காம பூடும். உடனே சாபம் கொடுப்பார். அவ்வளவுதான் ஓடின பஸ் டயர் பஞ்சராகி, Breakdown ஆகி நின்னுடும். டபுள் விசில் கொடுத்த கண்டக்டர் அந்த அதிர்ச்சில விசிலை முழுங்கிடுவார்.

மாது : எங்கப்பா சொல்றதை வச்சு பாத்தா, நீங்க சாம்ப மூர்த்தி இல்ல, சாபமூர்த்தி. என்ன விஷயம்?

சாம்பமூர்த்தி : எம் பொண்ணை உங்களுக்கு சம்பந்தம் பேச வந்துருக்கேன்.

மாது : Mr.சாப... சாம்பமூர்த்தி, எனக்கு wifeஆ வரப்போறவ எப்படி இருக்கணும்னு நான் ஒரு...

சாம்பமூர்த்தி : பட்ஜெட்டே போட்டு வச்சுருக்கேள்.

மாது : என் பட்ஜெட்டுக்கு ஒத்து வந்தா, நான் பொண்ணை பாப்பேன்... Ok?

சாம்பமூர்த்தி : Ok.

மாது : உங்க Girl Name என்ன?

சாம்பமூர்த்தி : சுகுணாபாய்.

மாது : சுகுணாபாயா? என்ன சார், Girl பேர் கேட்டா, Boyங்கறீர்.

சாம்பமூர்த்தி : அது... புள்ளைக்கு வேண்டிண்டேன். பொண்ணா பொறந்துடுச்சு - அதான் சுகுணாபாய்னு பேர்வச் சேன்.

ராமானுஜம் : ஏண்டா, இப்ப சுந்தரிபாய், பண்டரிபாய்லாம் இல்லையா?

மாது : அவங்களுக்கெல்லாம் உன் வயசு ஆறதுப்பா. பொண்ணு பாக்கறது எனக்கு. பேசாம இரு. சாரி சாம்பமூர்த்தி, பொண்ணு பேரே சகிக்கலே.

சாம்பமூர்த்தி : பிடிக்கலேன்னா சொல்லுங்கோ. பேரை மாத்திட லாம்.

மாது : பேரை மாத்திடலாம் சார். பொண்ணு மூஞ்சி புடிக்கலேன்னா எப்படி - அதெ மாத்த முடியுமா?

சாம்பமூர்த்தி : பொண்ணு கிளி மாதிரி இருப்போ.

மாது : எப்படி? பச்சை கலர்லயா?

சாம்பமூர்த்தி : இந்தாங்கோ. என் பொண்ணோட போட்டோ ஆல்பம்.

(ஆல்பத்தை வாங்கி பார்த்து)

மாது : என்னது இதுல 20, 25 பொண்ணுங்க இருக்கு. இதுல சுகுணாபாய் யாருன்னு நானே கண்டு பிடிக்கணுமா?

சாம்பமூர்த்தி : இதுல ரெண்டாவது வரிசைல இடமிருந்து வலமா பாத்துண்டு வந்தா மூணாவதா நிக்கறது தான் சுகுணாபாய்.

மாது : மூணாவதா நிக்கற உம்ம பொண்ணைப் பார்த்தா தெரியுது. முதல் வரிசை பொண்ணு மீதிய மறைக்கறா... என்னப்பாது, சுகுணாபாய்ல 'கு' தான் தெரியுது - 'ணா பாய்' மறைஞ்சிருக்கு. தனியா photo இல்லையா...

சாம்பமூர்த்தி : அடுத்த பக்கம்.

மாது : இதான் சுகுணாபாயா? ஆமாம், பொண்ணு என்ன, நானும் ஒரு பெண்ணா?

சாம்பமூர்த்தி : நானும் ஒரு பொண்ணா? அப்படின்னா?

மாது : கருப்பான்னு கேட்டேன்.

சாம்பமூர்த்தி : இல்லே. மாநிறம்... அது Black and White photo- அதான் கருப்பா தெரியுது.

மாது : Black and Whiteடா? Black and Black சார். எங்க white? சுத்தமா கரியா இருக்கு. அப்பா பாரேன், பொண்ணு என்ன ஒரு கருப்புன்னு. நிழலுக்கு புடவை கட்டி, பூ வச்சா மாதிரி இருக்கு. பூவும் புடவையும்தான் தெரியுது.

சாம்பமூர்த்தி : நேர்ல பாக்க இவ்வளவு கருப்பு இல்லை.

மாது : இவளை நேர்ல வேற பாக்கணுமா? கஷ்டம். என்னது, இந்த Photoல கண்ணாடி வேற போட்டுண்டுருக்கா?

சாம்பமூர்த்தி : நீங்க கூடத்தான் கண்ணாடி போட்டுண்டு இருக் கேள்?

மாது : இது தலைவலிக்காக போட்டுண்ட கண்ணாடி. உம்ம பொண்ணு போட்டுண்டிருக்கறது சோடா

பாட்டில். அதுவும் சாதாரண சோடா இல்லே. பன்னீர் சோடா கோலி மாதிரி கண்ணு வேற. கல்யாணத்தும் போது, மேடைலே இவ சோடா பாட்டிலோட உக்காண்டா என் மானம் கப்பல் ஏறிடும்.

சாம்பமூர்த்தி : கல்யாணம் போது, நான் கண்ணாடியை கழட்டிட சொல்றேன்.

மாது : இவ கண்ணாடியை கழட்டிட்டா, எனக்கு பதிலா, சாஸ்திரிகள் தாலி கட்டினா கூட அவளுக்கு தெரியாது.

ராமானுஜம் : மாது! பிடிக்கலேன்னா பிடிக்கலேன்னு சொல்லு. கிண்டல் பண்ணாதே.

மாது : இவர் சாபம் கொடுப்பார்னு சொன்னேல்ல. ஓய், நீர், பொண்ணு கொடுக்கறதுக்கு பதிலா, பேசாம சாபம் கொடுத்துடலாம். ரெண்டும் ஒண்ணுதான். உம்ம பொண்ணு என்ன படிச்சிருக்கா?

சாம்பமூர்த்தி : எட்டாவது.

மாது : சரிதான், எட்டாவதா? நான் சோடாபாட்டில் கண்ணாடி போட்டுண்டுருக்காளே, நிறைய படிச் சுருப்பா, படிச்சதுனால கண்ணு கெட்டுப் போச் சாக்கும் நெனைச்சேன். எட்டாவது படிச்சதுக் கேவா இவ்வளவு பெரிய சோடாபாட்டில். காலி சோடான்னு சொல்லுங்க. சாம்பமூர்த்தி! நான் M.A. எனக்கு வரவ Minimum B.A.வாவது படிச்சு இருக்கணும். இந்த மாதிரி ஒரு அவலட்சணத்தை என்னால கட்டிக்க முடியாது.

சாம்பமூர்த்தி : அனாவசியமா எம் பொண்ணை அவலட்சணம்னு சொல்லாதேள்.

மாது : இப்ப, நான் சொன்னதுக்கு வருத்தப்படறீர். நாளைக்கு இவளை நான் கட்டிண்டா, என்னோட பொண்டாட்டியை அவலட்சணம்னு சொன்னா, என் மனசு எவ்வளவு வருத்தப்படும்? ஒண்ணு சொன்னா வருத்தப்படமாட்டீரே? எங்கப்பா தனியா திண்டாடறார். வேணும்னா உம் பொண்ணை இரண்டாந்தாரமா...?

ராமானுஜம் : மாது...

மாது : பின்ன என்னப்பா? என்ன தைரியத்துல இந்த photoவை எடுத்துண்டு வந்தார்? எங்கப்பா ஒரு ஏமாந்த ஆளு... நைசா, உம்ம பொண்ணை அவர்கிட்ட பேசி, என் தலைல கட்ட பாத்தீங் களா? போங்க சார்... நான் குளிக்கப் போறேன். நீரும் அப்படியே உம்ம பொண்ணுக்கு தலை முழுகிடும். இவளுக்கு கல்யாணம் ஆகறது ரொம்ப கஷ்டம்.

ராமானுஜம் : சாம்பமூர்த்தி...

சாம்பமூர்த்தி : சே, என்னடா புள்ளை? நாக்குல நரம்பில்லாம பேசறான்?

ராமானுஜம் : நான்தான் சொன்னேன்ல்ல. எம் புள்ளை ஒரு டைப் - 'மதில் மேல் பூனை'ன்னு.

சாம்பமூர்த்தி : இவன் மதில் மேல் பூனை இல்ல. மரத்து மேல் குரங்கு.

மாது : குரங்கு, கிரங்குன்னா பல்லை தட்டிடுவேன்.

ராமானுஜம் : சும்மா இருடா. சாம்பமூர்த்தி, நீ மனசுல எதுவும் வச்சுக்காத.

சாம்பமூர்த்தி : Mr. மாது...

மாது : ஓய், போய்யா. அவவனுக்கு ஆயிரம் வேலை இருக்கு.

சாம்பமூர்த்தி : உன்னை... ராமானுஜம், நான் வர்றேன்.

ராமானுஜம் : வென்னீர்.

மாது : அவரே சூடா இருக்கார். வென்னீரை குடிச்சா, வெந்து போயிடுவார்... வுடுப்பா... ஹலோ...

(சாம்பமூர்த்தி Exit)

ராமானுஜம் : மாது, ஏண்டா இப்படி ஒரு வாய் உனக்கு?

மாது : அவர் மட்டும் சொல்லலாமா... என்னை பாத்து நீங்க கூட தான் கண்ணாடி போட்டுண்டுருக் கேள்னு. அப்பா இப்பவே சொல்லிடறேன். எனக்கு வரப்போறவளை நான்தான் செலக்ட் பண்ணுவேன். இதுல நீ தலையிடாதே.சரி,

ஆபீஸுக்கு டயமாச்சு, நான் போய் குளிச்சுட்டு வர்றேன்.

ராமானுஜம் : சீனு எங்க?

மாது : பைத்தியம் மாடியில கர்லா கட்டையை சுத்திண்டுருக்கு. நிறுத்தாம சுத்துனுட்டு வந்து இருக்கேன். கை வலிச்சா, தன் மேலேயே போட்டுக்கப் போறது.

சீனு : மாது! கர்லாகட்டை கையை விட்டு நழுவி கீழ விழறதுடா.

சாம்பமூர்த்தி குரல் : அம்மா.

(சாம்பமூர்த்தி Entry with கர்லாகட்டை)

சாம்பமூர்த்தி : எங்க அவன்? பேமானி நல்லாயிருப்பீயா? இப்படி கர்லா கட்டையால அடிச்சுட்டியேடா... நான் என்ன பாவம் பண்ணினேன்? எம் பொண்ணை சோடா பாட்டில்னே, படிப்பில்லாத முண்டம்னே, எல்லாம் பொறுத்துண்டேன். இப்ப என்னையே கர்லா கட்டையால அடுச்சுட்டியே, உன்னை நான் விடறதா இல்லே.

மாது : சார், கர்லா கட்டையால நான் அடிக்கலே.

ராமானுஜம் : பேசாத. நான் சொல்றத அப்பன் - புள்ளை இரண்டு பேரும் கேளுங்க. என்னை அடிச்சுட்ட இவனை இப்ப சபிக்கறேன்.

ராமானுஜம் : சாம்பமூர்த்தி, சபிக்காதே. என் புள்ளைக்கு கல்யாணமே ஆகாதுன்னு சபிக்காதே.

சாம்பமூர்த்தி : கல்யாணம் ஆகும். கவலைப்படாதே. சாபமே இனிமேதான் வருது. சோடாபாட்டில் கண்ணாடியோட, அதுவும் உடைஞ்ச சோடா பாட்டில் கண்ணாடியோட, ரெண்டும் ரெண்டுங் எவ்வளவுன்னு கூட தெரியாத ஒரு ரெண்டுங் கெட்டானை கட்டிண்டு ஆயுசு பூரா, நீ அல்லாடப் போறே. இது சத்தியம்டா. இது நடக்கலை - சாம்பமூர்த்திங்கற எம் பேரை மாத்திக்கறேன்.

(திரை)

காட்சி-6

டாக்டர் கண்ணாயிரம் கிளினிக்

(மாது நுழைய, பின்னால் ராமானுஜம்)

ராமானுஜம் : மாது, கண் டாக்டர் கண்ணாயிரம் கிளினிக் இது தானே?

மாது : இதான்னு நெனைக்கறேன், தெரியலை. ஒரு நிமிஷம், கம்பவுண்டர் வரான். விசாரிச்சுடு வோம். இது கம்பவுண்டர்... One second... டாக்டர் கண்ணாயிரம் இன்னும் கிளினிக்குக்கு வரலியா?

கம்பவுண்டர் : எப்படி சார், கம்பவுண்டர்னு கரெக்டா கண்டு புடுச்சீங்க?

மாது : நர்ஸா இருக்க முடியாது. நர்சுனா கவுன்லாம் போட்டுக்கணுமே? நீ pant shirt தானே போட்டு ருக்கே?

கம்பவுண்டர் : அதில்லை சார், நான் கம்பவுண்டர்னு எப்படி கண்டுபுடிச்சீங்க?

மாது : பீடை, டாக்டர் Clinicல கம்பவுண்டர் இல்லாம, கண்டக்டரா இருப்பான்?

கம்பவுண்டர் : அட, டாக்டர் கிளினிக்ல டாக்டர் கூடத்தான் இருப்பார். நான் டாக்டர் இல்லை, கம்பவுண்டர் தான்னு எப்படி கரெக்டா கண்டுபுடிச்சீங்க?

மாது : டாக்டர்னா M.B.B.Sனு பெரிய படிப்பு படிச்சு இருக்கணும். உம் மூஞ்சிலதான் 7ம் கிளாஸ் ஜாடை அடிக்குதே!

கம்பவுண்டர் : கைய குடு சார். நான் 7ம் கிளாஸ்னு எப்படி கண்டுபிடிச்சீங்க?

மாது : 7ம் கிளாஸ் மட்டும் எங்கிட்டேந்து தப்பவே முடியாது. அவ்வளவு அனுபவம் எனக்கு. கிருஷ்ணனை சுத்தி கோபியர்கள் மாதிரி என் தலையெழுத்து - என்னை சுத்தி எல்லாமே 7ம் கிளாஸ்தான்.

மெ. மே. மா. # 4

ராமானுஜம் : சரிடா. நம்ப குடும்ப விவகாரம் கம்பவுண்டர் வரை தெரியணுமா? கம்பவுண்டர், டாக்டர் கண் ணாயிரம் Clinic இதானா?

கம்பவுண்டர் : ஏன் சார், வாசல்ல போர்ட் எழுதி மாட்டியிருக் கேனே, பாக்கலை?

ராமானுஜம் : பாத்தேன்.

கம்பவுண்டர் : பின்ன ஏன் கேக்கறே? பாத்தா படிச்ச ஆள் மாதிரி இருக்கே? நீ இப்படி கேக்கலாமா?

மாது : உனக்கொரு அதிர்ஷ்டம்பா. அது எப்படி, பால் காரன்லேந்து கம்பவுண்டர் வரை ஏழாம் கிளாஸ் படிச்ச எல்லார்க்குமே நீ அறிவுக் கொழுந்தா தலைக்கு பின்னாடி ஜோதியோட காட்சியளிக் கறே - அது என்ன டெக்னிக்.

கம்பவுண்டர் : கண் டாக்டர் கண்ணாயிரம் Clinicனு Boardல பாத்தே இல்ல? அப்புறம் என்ன சந்தேகம்?

மாது : சந்தேகமே அந்த Boardடை பாத்ததாலதான். பீடை, நீ எழுதின Boardடை பாரு. கண்டாக்டர் கண்ணா யிரத்துக்கு, பெண்டாக்டர் கண்ணா யிரம்னு எழுதியிருக்கு. என்ன சந்தேகம்னு கேட்டியே. பெண்டாக்டர் கண்ணாயிரத்துல, பெண் டாக்டர்ங்கறது கண்ணாயிரம்னு ஆம்பளை பேர் வச்சுண்ட பொம்பளை டாக்டரை குறிக்கறதா, இல்லே, பொம்பளைங்களுக்கு மட்டும் வைத் தியம் பாக்கற கண்ணாயிரம்கறவர் Lady doctorஆ இல்லே Ladies doctorஆ?

கம்பவுண்டர் : குடு சார். வேற Board எழுதி மாட்டிடறேன். பெண் டாக்டரை, கண் டாக்டர்னு மாத்தி, வேற போர்டு எழுதி மாட்டிடறேன்.

மாது : பெண் டாக்டரை, கண் டாக்டரா கரெக்ட் பண்ண றச்சே, ஆவேசத்துல மறந்து போய், கண்ணா யிரத்தை பெண்ணாயிரமாக்கிடாத. அப்புறம் இங்க வா. கண் டாக்டர் கிட்ட யார் வருவாங்க - கண்ணு சரியா தெரியாதவன். அவன் கண்ணுக்கு தெரியறா மாதிரி நீ எழுதற Board பெரிசா இருக்க வேணாமா? ஏன் இப்படி கஞ்சத்தனமா தக்கு ணூண்டுக்கு எழுதற? எப்படியும் தப்பாத் தானே

எழுதப் போறோம்... பண்ணற தப்பை எதுக்கு பெரிசு படுத்தணும்னா?

ராமானுஜம் : அப்புறம் கம்பவுண்டர், இங்க டாக்டர் கண்ணாயிரம் Clinic மட்டும்தானே இருக்கு? இல்லே வேற யாரான டாக்டரும் இந்த கிளினிக்ல வைத்தியம் பாக்கறாரா?

கம்பவுண்டர் : இதான் படிச்ச ஆளுங்க கிட்ட ஒரு கஷ்டம். என்ன கேக்கறாங்கன்னே புரியாது.

மாது : உனக்கொரு ராசிப்பா. இவ்வளவு கேள்வி நான் கேட்டேன். என்னை ஒருவார்த்தை கூட படிச்சவன்னு சொல்ல மாட்டேங்கறான். நடுநடுல கேனத்தனமா ஏதான கேக்கற - உன்னை படிச்சவங்கறான். கம்பவுண்டர் உம்பேர் என்ன ஜெயபாலா?

கம்பவுண்டர் : எப்படி சார் கண்டுபுடிச்சே? படிச்ச படிப்பை, 7ம் கிளாஸ்னு கரெக்டா கண்டுபுடிச்ச. இப்ப பேர் வேற கண்டுபுடிச்சுட்ட... (ராமானுஜத்திடம்) சார், உம் பையன் உன்னை மாதிரியே புத்திசாலி சார்.

மாது : இதான் தலையெழுத்துங்கறது. என்னை ஏம்பா, படிக்க வச்ச? 7ம் கிளாஸோட நிறுத்தி இருக்கக் கூடாது?

கம்பவுண்டர் : அது என்ன சார்... வேற டாக்டரு என்னவோ கேட்டீங்களே?

மாது : அதில்லடா, வாசல்ல Eleven Thousand Clinicனு போட்டுருக்கே.

கம்பவுண்டர் : நம்ம Clinic பேர்தான் சார். நம்ம டாக்டருக்கு நியுராலஜில கொஞ்சம் Interest.

மாது : டாக்டர் கண்ணாயிரம், கண் டாக்டர் மட்டுமில்ல, நியுரோ சர்ஜனுமா?

கம்பவுண்டர் : இந்த பேரை அதிர்ஷ்டமா ஆக்கிக்க, நம்பர் ராசி, ஜோஸ்ய பிரகாரம் மாத்திக்கறாங்களே - அந்த நியுராலஜி சார்.

மாது : அது நியுராலஜி இல்ல- நியுமராலஜி.

கம்பவுண்டர் : மெய்யாவா சார்!

மாது : என்ன அவரை கேக்கற? அது சரி. நான் சொன்னா நம்புவியா? உன் படிப்புக்கு ஏத்தா மாதிரி படிச்ச வர் சொன்னாதான் ஏத்துப்பே!

கம்பவுண்டர் : அதான் நியுமராலஜி பிரகாரம் கண்ணாயிரம்கற பேரை Englishல மாத்திக்கிறார். Eye thousandனு. EYE கண்ணு Thousand ஆயிரம். Eyethousand - கண்ணாயிரம்.

ராமானுஜம் : சரி, அது எப்படி Eleven thousand ஆச்சு - ஒண்ணு ஒண்ணு Zero, Zero, Zero போட்டுருக்கே.

மாது : அது... வழக்கம் போல கம்பவுண்டரோட சொதப்பல். Eye Thousand -Thousandக்கு ஒண்ணு போட்டு, மூணு Zero போட்டுருக்கும். Eyeக்கு பதிலா Capital I போட நெனைச்சு, அதை தப்பா, ஒண்ணு மாதிரி எழுதிடுத்து. அதான் ஒண்ணு, ஒண்ணு, Zero, Zero, Zeroனு *11000* ஆயிடுச்சு. இப்ப புரியுதா, உங்க கிளினிக்ல ஏன் கும்பலே இல்லேன்னு?

கம்பவுண்டர் : இவ்வளவு கேட்டீங்களே, நான் ஒரு கேள்வி கேக்கலாமா? உங்களுக்கு என்ன வேணும்?

ராமானுஜம் : சூடா என்ன இருக்கு?

மாது : வென்னீர் இருக்கு. அவன்தான் கேக்கறான்னா, நீயும் என்னமோ ஓட்டலுக்கு வந்தா மாதிரி சூடா என்ன இருக்குங்கறீயே? டாக்டர் எப்ப வருவார்?

கம்பவுண்டர் : அப்படி உக்காருங்க. டாக்டர் கண்ணாயிரம் வருவார். ஏன் லேட்டுனு தெரியலையே.

(உள்ளே போகிறான்)

மாது : சீனு எங்க?

ராமானுஜம் : நீ கண்ணு எரிச்சல், டாக்டரை பாக்கணும்னு ரிக்ஷா கொண்டு வந்தையா? நான் உங்கூட துணைக்கு வரலாம்னு உங்கூடவே வந்துட்டேன். சீனுவை பின்னாடி Scooterஐ ஓட்டிண்டு வரச் சொன்னேன்.

மாது : அவனுக்கு முன்னாடியே Scooter சரியா ஓட்டத் தெரியாது. அவனை ஏன் பின்னாடிலாம் ஓட்டிண்டு வரச்சொல்ற? அவனை ஏன் வரச்

சொன்னே? பேசாம வீட்டுலேயே இருக்கச் சொல்றதுதானே?

ராமானுஜம் : சீ, பாவம்டா அவன், உனக்கு கண் எரிச்சல்ன வுடனே துடிச்சுப் போயிட்டான்.

மாது : எனக்கு கண் எரிச்சலே அவனாலதான்.

ராமானுஜம் : என்ன சொல்ற?

மாது : இரண்டு நாளா இவனுக்கு முன்னாடிவென்னீர்ல குளிக்க, ராத்திரி கண்ணு முழிச்சதுல தூக்கம் கெட்டு, கண் எரிச்சல். எங்காபீஸ்ல ஒருத்தன் சொன்னான். விளக்கெண்ணெய் கண்ணுல விட்டுண்டா, எரிச்சல் போயிடும்னு. நான் இந்த பீடையை போய், விளக்கெண்ணெய் வாங்கிண்டு வாடான்னு சொன்னேன். சனி, காதுல சரியா வாங்கிக்காம கோயில் கடை தெருல போய் விளக்கு எண்ணெய் வாங்கிண்டு வந்துட்டான்.

ராமானுஜம் : விளக்கு எண்ணெய்யா?

மாது : ம்... அகல் விளக்கு ஏத்த use படுத்தற எண்ணெய். காதுலதான் சரியா வாங்கிக்கல. கண்ணுல விடறச்சேயாவது சொல்ல வேணாம் அகல் விளக்கு எண்ணெய்னு. ஆழாக்கு எண்ணெய கண்ணுல விட்டுட்டான்.

ராமானுஜம் : அய்யோ. அதான் எரிச்சலா?

மாது : எரியறதுக்கு கேக்கணுமா? விளக்கு எரிய ஊத்தற எண்ணெயாச்சே? நல்ல வேளை, நான் கண்ணு எரிய ஆரமிச்சவுடனே கேட்டேன். என்னடா சீனு எரியறதேன்னு... அவன் சொல்றாம்பா - கடைக்காரன் சொல்றாண்டா நல்லா எரியும்னு. நல்ல வேளை, அப்ப நான் முழிச்சுண்டேன். இல்லே திரியை கண்ணுல வச்சு கொளுத்தி சாமி கும்பிட்டுருப்பான்.

ராமானுஜம் : பைத்தியம்டா நீ. கண்ணுல எரிச்சல்னா விளக் கெண்ணை விடக்கூடாதுடா. பன்னீர் விடணும். சீனு கிட்ட சொன்னீயே, எங்கிட்ட சொல்லி யிருக்கக் கூடாது? ஜம்முனு பன்னீர் வாங்கி விட்டி ருப்பேன். கண்ணு ஜிலுஜிலுன்னு ஆயிருக்கும்.

மாது : ஆமாம். இப்ப சொல்ற, ஜம்முனு பன்னீர்னு.

நான் ஜம்முனு பன்னீர் கேட்டு இருந்தேன், நீ கம்முனு வென்னீரை கொண்டு வந்து கொட்டிருப்பே. அப்புறம் எங்க ஜிலுஜிலு, ஜிவுஜிவுதான்.

ராமானுஜம் : நான் சொன்னா நீ வருத்தப்படுவே. அனாவசியமா அன்னிக்கு என் friend சாம்பமூர்த்தி பொண்ணை சோடா பாட்டில்னு கிண்டல் பண்ண... இப்ப பாரு அவன் வயித்து எரிச்சல் உனக்கு கண்ணெரிச்சலா வந்துடுத்து.

மாது : இப்ப என்ன? சாம்பமூர்த்தி சாபம் பலிச்சு, நான் சோடா பாட்டில் போட்டுண்டு, வேற வழியில்லாம சுகுணாபாய் மாதிரி ஒரு சோடா பாட்டிலை கட்டிக்கப் போறேங்கறியா? கொடுத்த சாபத்தை சாம்பமூர்த்தியே மறந்தாலும், நீ கூடவே இருந்து அதை பலிக்க வச்சுடுவே போலிருக்கே. அப்பா! சாம்பமூர்த்தி மூணாவது மனுஷன். மத்தவன்பா. நீ என்னை பெத்தவன்பா - அதை மறந்துடாதே!

(சீனு Entry)

சீனு : என்னடா மாது! டாக்டர் கண்ணை பார்த்தாரா? என்ன சொன்னார்? கண்ணு தேறுமா? தேறாதா? என்ன குளோஸா? கவலைப்படாத. விடு after all கண்ணு தானே போச்சு. காலம் பூரா நான் உன்னை காப்பாத்தறேன். என்னடா பேசாம இருக்க? கண்ணு போன வருத்தமா?

மாது : பீடை... இவர் பரவால்லே. எனக்கு சோடா பாட்டிலோட நிப்பாட்டினார். நீ சுத்தமா குருடாவே ஆக்கிட்ட...

ராமானுஜம் : இன்னும் டாக்டரே வரலை. நீயா ஏன் முடிவு கட்டற? மாதுக்கு ஒண்ணும் இல்லை. என்ன கண் எரியறது... லேசா சிவந்திருக்கு - நீ வேணா பாரு. டாக்டர் கண்ணை பாத்துட்டு, இது Congress I தான்னு சொல்லப் போறார்.

மாது : என்னது?

ராமானுஜம் : Congress I. கண்ணுல வருமே.

மாது : அப்பா அது Madras Eyeப்பா. Madras Eye தான் கண்ணுல வரும்... Congress I இல்ல... அப்பா!

டாக்டர் கண்ணாயிரம் வரா மாதிரி தெரியலே... நான் வேணா, Officeக்கு போய் மானேஜர்கிட்ட லீவு சொல்லிட்டு வந்துடட்டுமா?

சீனு : மாது, நீ ஏண்டா சிரமப்படறே? மாது! கேட்க மறந்துட்டேன். உனக்கோ கண்ணெரிச்சல், நான் போய் லீவு சொல்லிட்டு வரேன். எனக்குத்தான் உங்க மானேஜரை தெரியுமே. நான் ஏற்கனவே ஒரு தடவை லீவு சொல்லிட்டு வந்தேனே?

மாது : போறும். போறும். இன்னொரு முறை ஒண்ணு விட்ட மாமா செத்துட்டார்னா?

சீனு : ம்...

மாது : முந்தா நாள்தான் சொல்லிட்டியே-ஒண்ணு விட்ட மாமா செத்துட்டார்னு. மறுபடியும் ஒண்ணு விட்ட மாமாவா? ஒருநாள் விட்டு ஒரு நாள் சாக, அவர் என்ன ஒண்ணு விட்ட மாமாவா, இல்லே ஒரு நாள் விட்ட மாமாவா?

சீனு : சரி. பொய் சொல்ல வேணாங்கற. அப்ப சரியான காரணத்தை சொல்லிடறேன்- மாதுக்கு கண்ணுல ஜூரம்னு.

மாது : கண்ணுல ஜூரமா?

சீனு : அதாண்டா Eye fever.

மாது : பீடை. அது High fever. நானே போயிட்டு வரேன். நீ போனா லீவு கிடைச்சுடும். ஆனா உத்யோகம் பூடும்.

ராமானுஜம் : மாது! நானும் வரேனே. எப்படியும் ரிக்ஷால தான் போகப் போறே. நீ, உங்க மானேஜரோட பேசிட்டு வரதுக்குள்ள, நான் மார்க்கெட்டுல கறிகாய் வாங்கிண்டு வந்துடறேன்.

சீனு : சார். காரட் வாங்குங்க. காரட் ஜூஸ் கண்ணுக்கு நல்லது.

மாது : ம்... காரட் ஜூஸ் பண்ணி இவன் கைல குடு, விளக்கு எண்ணெய் மாதிரி கண்ணுல ஊத்துவான். வாயேன்பா.

ராமானுஜம் : சீனு, வீட்டை பூட்டினியா?

சீனு : ஓ... தோ சாவி.

மாது : சாவி காட்டிட்டா ஆச்சா? பூட்டை நல்லா பூட்டி னியா?

சீனு : உனக்கு நம்பிக்கையே கிடையாது. நல்லா பூட்டி யிருக்கேனா இல்லையான்னு நீயே பாத்துக்க.

மாது : வீட்டுக்கு போய் பாத்துட்டு வரச் சொல்றீயா?

சீனு : அதுக்கேன் அவ்வளவு தூரம் போகணும். இந்த மாதிரி கேப்பேன்னு தான் பூட்டையே கொண்டு வந்துருக்கேன். நீயே பாரு நல்லா பூட்டியிருக் கேனா இல்லையான்னு.

மாது : பாவி கதவுல வச்சு பூட்டணும்டா... போடா, போய் சட்னு போய் பூட்டிட்டு வா... எவனான திருடிட்டு பூடப் போறாண்டா.

சீனு : ம்... ஒரு நிமிஷம்...

மாது : என்ன தேடறே?

சீனு : உன் Scooter சாவி. Scooterஐ பூட்டிட்டு, சாவியை Scooterலேயே வுட்டுட்டேனா?

மாது : ஏன் அப்படியே start பண்ணி வக்கறதுதானே? திருடன் வசதியா Scooterல போய் திறந்திருக்கற வீட்டுக்குள்ள திருடிட்டு போக. போடா, நிக்காத...

(சீனு Exit)

(டாக்டர் கண்ணாயிரம் Entry)

கம்பவுண்டர் : என்ன சார் போறீங்க?

மாது : தோ, வந்துடுவோம்பா.

கம்பவுண்டர் : சார், நீங்க போனதுக்கப்பறம் வேற யாரான வந்துட்டாங்கன்னா, டாக்டர் அவங்களை தான் மொதல்ல பாப்பார். நீங்க அப்புறம்தான். First come Next ஆயிடுவீங்க.

மாது : வேற யாரானவா? மொதல்ல உங்க டாக்டர் வரட்டும்டா... கண்ணாயிரம் கண் டாக்டர் இல்லே, கண்ணுலயே படாத டாக்டர்.

கம்பவுண்டர் : அப்புறம் உங்க இஷ்டம்.

ராமானுஜம் : மாது, யாரோ வராமாதிரி இருக்கு.

மாது : தோ பார், வரவங்ககிட்ட இது கண்ணாயிரம் கிளினிக் இல்லேன்னு சொல்லிடுவோம். போயி டுவா- நாம போயிட்டு, அதுக்குள்ள வந்துடலாம்.

(ஒருவர் வருகிறார்)

ஒருவர் : சார், டாக்டர் கண்ணாயிரம் கிளினிக் இதுவா?

மாது : இல்லை.

ஒருவர் : எனக்கு கண்ணாடி போட்டுக்கலேன்னா கண் சரியா தெரியாது. சார், டாக்டர் கண்ணாயிரம் கிளினிக் இது இல்லையா?

மாது : நான் என்ன பொய்யா சொல்றேன்?

ஒருவர் : அது இல்ல, அங்க ABCD மாதிரி எழுதி ஒட்டி யிருக்காங்களே. கண்டாக்டர் கிளினிக்கோன்னு நெனைச்சேன்.

மாது : அது... இது Kinder Garden School... அதான் ABCD எழுதி வச்சிருக்காங்க. நீங்க போய் தேடிப் பாருங்க.

ஒருவர் : சாரி, வர்றேன்.

(போகிறார்)

கம்பவுண்டர் : (ஓடிவந்து) சார். சார்.

மாது : இருடா, எப்படி? எங்களுக்கப்பறம் யாரா வந்தா, அவங்களைத்தான் டாக்டர் பாப்பாரா?

கம்பவுண்டர் : சார்.

மாது : அவர் போயாச்சு, இப்ப என்ன பண்ணுவே?

கம்பவுண்டர் : பேஜார் பண்ணாத சார். அவர்தான் டாக்டர் கண் ணாயிரம். அவருக்கு கண்ணாடி இல்லேன்னா, சரியா கண்ணு தெரியாது. இந்த அழகுல ஞாபக மறதி வேற. பாவம் தன்னோட கிளினிக்கையே தேடி தெருத்தெருவா சுத்தப் போறார்.

மாது : கண் டாக்டருக்கே கண் தெரியாதா? சரி விடு, லேட்டா வந்ததுக்கு அவருக்கு அவரே punish ment கொடுத்துண்டா மாதிரி ஆயிடுச்சு... நாங்க போயிட்டு வர்றோம்.

(சீனு Entry)

நீயேண்டா வந்துட்டே? என் Scooterல வீட்டுக்கு போகலை?

சீனு : அதையேன் கேக்கற, இப்ப ஒருத்தர் வெளில வந்தாரே, அவர் உன் Scooterஐ தன்னுதுன்னு நெனைச்சு எடுத்துண்டு போயிட்டார்.

மாது : சரி, நீ அவர் Scooterஐ எடுத்துண்டு போக வேண்டியது தானே? எப்படியும் ரெண்டு பேரும் திரும்பி இங்கேதானே வந்தாகணும்?

சீனு : அது கஷ்டம்டா.

மாது : ஏன், உனக்கு வேற Scooter ஓட்டத் தெரியாதா?

சீனு : அவர் கார்ல இல்லை வந்துருக்கார். போறச்சே தன் காருன்னு நெனைச்சு Scooterல ஏறி போயிட்டார். இப்ப எப்படிடா வீட்டுக்கு போய் பூட்டிட்டு வரது?

மாது : ஒண்ணு பண்ணுவோம். சாவி பூட்டோட நீ இங்க இரு. நான் போய் வீட்டை சைக்கிள் ரிக்ஷால வச்சு கொண்டு வர்றேன். பூட்டிட்டு நீ திரும்பி போய் வச்சுடு.

சீனு : இதுவும் நல்ல idea தான்.

மாது : முண்டம்! மசமசன்னு நிக்காம கம்பவுண்டர் கிட்ட சைக்கிளை கேட்டு வாங்கிண்டு போ.

சீனு : சரி, நான் adjust பண்ணிக்கறேன். டாக்டர், மாதுவை பாக்கறதுக்குள்ள இன்னும் என்னல்லாம் குழப்பம் வரப்போகுதோ? இந்த கம்பவுண்டர் ஆ ஊன்னா உள்ள ஓடிடறான்... கம்பவுண்டர்...

கம்பவுண்டர் : *(வந்து)* என்ன?

சீனு : கொஞ்சம் உன் சைக்கிளை எடுத்துக்கறேனே. வீட்டை பூட்டாம வந்துட்டேன். பூட்டிட்டு வந்துடறேன்.

கம்பவுண்டர் : உள்ள வா, சைக்கிள் சாவி தர்றேன். பாத்து சார், வீட்டை பூட்டறச்சே வாசல்ல என் சைக்கிளை பூட்டிட்டு போ.

(இருவரும் உள்ளே Exit)

(அப்பாதுரை, ஜானகி, மைதிலி Entry)

அப்பாதுரை : மைதிலி, வா... இதான் டாக்டர் கண்ணாயிரம் கிளினிக். கண்ணாயிரம் என் கூட Schoolல படிச்சவன். ரொம்ப புத்திசாலி, எவ்வளவோ பேருக்கு கண்ணை குணப்படுத்திருக்கான். ஆனா, பாவம் அவனும் நம்மளை மாதிரியே சோடாபாட்டில். மைதிலி...

மைதிலி : என்னப்பா?

அப்பாதுரை : ஏன் நிக்கறே? Chairல உக்காண்டுக்கோ.

மைதிலி : நான் உக்காண்டுதான் இருக்கேன்.

அப்பாதுரை : ஓ, கண்ணாடி கழட்டிட்டேனா? அதான் நீ உக்காண்டுருக்கறது தெரியலை. மைதிலி...

மைதிலி : என்னப்பா?

அப்பாதுரை : நான் நிக்கறேனா உக்காண்டுருக்கேனா? வர வர கண்ணாடி போட்டுக்காம, இந்த சின்ன விஷயம்லாம் கூட தெரியமாட்டேங்குது. (அப்பாராவ் மேஜையில் உட்காரப் போய்) என்னடி மைதிலி, இந்த Chair இவ்வளவு உசரமா இருக்கு.

மைதிலி : அய்யோ, அது டேபிள், Chair இல்லை. கண்ணாடியை போட்டுண்டு தொலையேன். அப்பா உன்னோட பெரிய உபத்திரவம்பா. டெய்லி ஒரு கண் டாக்டர் Clinicக்கு அழைச்சுண்டு போறே. இன்னிக்கு டாக்டர் கண்ணாயிரம் Clinic, கஷ்டம்.

அப்பாதுரை : பாப்போம். கண்ணாயிரம் உன் கண்ணை ஓரளவுக்கு குணபடுத்தி atleast இப்ப நீ போட்டுண்டுருக்கற சோடாபாட்டில் கண்ணாடிக்கு பதிலா, சாதா பாட்டில் கண்ணாடி போடவக்கறானான்னு.

மைதிலி : அப்பா, இப்ப எதுக்கு கண்ணாடியை மாத்தணும்?

அப்பாதுரை : ஏற்கனவே நீ ஏழாம் கிளாஸ். இந்த அழகுல சோடாபாட்டிலோட இருந்தா, எவன் உன்னை கட்டிப்பான்? கண்ணாடியை ஏன் மாத்தணும்னு அசடாட்டம் கேக்கறீயே? உன்னை பெத்து போட்டுட்டு உங்கம்மா கண்ணை மூடிட்டா.

கல்யாண வயசான உன்னை வீட்டுல வச்சுக்கவும் முடியாம, ஒரு பையனை பாத்து, அவனோட விரட்டி விடவும் முடியாம, 'மதில் மேல் பூனை'யா நான் அல்லாடறேன். ஆமாம், எங்க உன் பிரண்ட் ஜானகி, உன்னோட கண் சம்பந்தப்பட்ட Reports லாம் Collect பண்ணிண்டு வரேன்னா.

மைதிலி : காலேஜ் போய், லீவு போட்டுட்டு வரேன்னு ருக்கா.

அப்பாதுரை : டயமாகிட போறதும்மா... கண்ணாயிரத்துக்கிட்ட உன்னோட கண் சம்பந்தப்பட்ட Reportsலாம் காட்டறேன்னு சொல்லிருக்கேன்.

மைதிலி : வந்துடுவோப்பா. ஜானகி சைக்கிள்ல தான் போயிருக்கா, சுருக்க வந்துடுவோ.

(ஜானகி Entry)

ஜானகி : என்ன அப்பாவும் பொண்ணும் என்னை பத்தி பேசிண்டுருக்கீங்க?

அப்பாதுரை : வாம்மா ஜானகி! Reports கொண்டு வந்தியா?

ஜானகி : Oh yes. அய்யய்யோ பாத்தியா சைக்கிள்ள Handbagஐ வச்சுட்டேன். அதுலேந்து எடுத்துண்டு வந்துடறேன். டாக்டர் எங்க? ஒரு நிமிஷம், கம்பவுண்டர் வரார், கேப்போம்.

(சீனு Entry)

கம்பவுண்டர், டாக்டர் எங்க?

சீனு : நான் கம்பவுண்டர் இல்ல. சீனு - மாதுவோட friend...

ஜானகி : அது யார் மாது?

சீனு : சீனுவோட friend. அதான் என் பிரண்ட். அவன் கண்ணுல எரிச்சல் - விளக்கு எண்ணெய் வுட்டுட்டேன். அதான் வந்தோம். நான் வீட்டை பூட்டாம வந்துட்டேன். திருடன் இந்நேரம் வந்து இருப்பான்.

ஜானகி : டாக்டர் வரலை.

சீனு : திருடன் ஏன் டாக்டரோட வரணும்? ஓ, டாக்டர்

கண்ணாயிரமா? ஒரு தடவை வந்தார். அப்புறம் போயிருக்கார் தன்னோட கிளினிக்கை தேட... தேடிட்டு கிடைக்கலேன்னா, திரும்பி வருவார்... நான் வீட்டை பூட்டாம...

ஜானகி : வாசல்ல கார் இருக்கு.

சீனு : கார்ல வந்துட்டு, Scooterல போயிட்டார். நான் வீட்டை பூட்ட, Scooterல வந்துட்டு சைக்கிள்ல போறேன். Scooter, வீடு ரெண்டும் மாதுதுதான். நான் சொல்லலை, என் பிரண்ட் மாது, அவனே தான்.

ஜானகி : நீங்க பேசறது ஒண்ணுமே புரியலையே.

சீனு : அது அப்படித்தான். எனக்கு பேச தெரியாது. நான் after all 7ம் கிளாஸ்.

மைதிலி : (எழுந்து) நானும் ஏழாம் கிளாஸ்.

அப்பாதுரை : ரொம்ப அவசியம். இதை இப்ப சொல்லணுமா? உக்காரேண்டி.

சீனு : உங்களைப் பார்த்தா படிச்சவர் மாதிரி இருக்கே?

ஜானகி : B.A.

சீனு : மாதுவும் இது மாதிரிதான் ஏதோ ஒரு 'A'...ஆனா, வேற 'A'... ஆ... M.A. இது யாரு? 7ம் கிளாஸ். உங்க பிரண்டா... மாதுவும் நானும் மாதிரி நீங்களும் உங்க friend இவங்களுமா? இது யாரு? அப்பாவா? ராமானுஜம் மாதிரினு சொல்லுங்க.

அப்பாதுரை : யார்மா இது?

சீனு : குறுக்க பேசாதீங்க. ஏற்கனவே இவங்க Delay பண்றாங்க. நான் எல்லாம் சொல்லிடறேன். மாதுக்கு வரவேண்டியதெல்லாம் எனக்கு போயிடறதுன்னு அவனுக்கு எம்பேர்ல எரிச்சல். கண் எரிச்சல் இல்ல. அது வேற. விளக்கெண்ணை விட்டு நான் பூட்டை வேற வீட்டாம வந்துட் டேன். சே... வீட்டை வேற பூட்டாம வந்துட் டேன். அவசரத்துல வாய் குழர்றது - நான் வரட்டுமா?

அப்பாதுரை : போய் தொலைய்யா?

சீனு : அப்பா கோச்சுக்கறார். அப்புறம் இப்பவே சொல்

லிடறேன். உங்களுக்கு முன்னாடி நாங்க வந்துட்டோம். டாக்டர் வந்தா, மொதல்ல எங்களைத்தான் பாக்கணும். மாது சொன்னான். மாது லீவு லெட்டர் கொடுக்க போயிருக்கான். அவ அப்பா காரட் வாங்கிண்டு வர போயிருக்கார். காரட்டுக்கு Englishல என்ன?

ஜானகி : Please... நீங்க போகலாம்.

சீனு : தயவுசெய்து எப்படி போப்போறேன்னு கேக்காதீங்க. கம்பவுண்டரோட சைக்கிள்ல.

அப்பாதுரை : பீடை, நீ சைக்கிள்ளதான் போ இல்லை சைக்கிள் ரிக்ஷாலதான் போ... போய் தொலை.

சீனு : சைக்கிள் ரிக்ஷால மாதுவும், அவனோட அப்பாவும் போயிருக்காங்க சார்.

அப்பாதுரை : அடேய் போடா...

(சீனு Exit)

(கம்பவுண்டர் Entry)

ஜானகி : அதோ கம்பவுண்டர் வரார்.

அப்பா : இரும்மா விசாரிக்காம பேச்சு கொடுக்காத. இவனும் அந்த லூஸ் மாதிரி தனக்குத் தானே பேசி, நம்ம தாலியை அறுக்கப்போறான்... யார் பா நீ?

கம்பவுண்டர் : கம்பவுண்டர்.

அப்பாதுரை : யார் இவன்?

கம்பவுண்டர் : தெரியாது... சீனு - மாதுவோட friend.

அப்பாதுரை : போறும். நீயும் பழைய Newsஸே படிக்க ஆரம்பிச்சுடாதே. டாக்டர் கண்ணாயிரம் எங்க?

கம்பவுண்டர் : நீங்க டாக்டரை பாக்க வந்தீங்களா?

அப்பாதுரை : ஆமாம். நீங்கதான் கம்பவுண்டரா?

கம்பவுண்டர் : ஆமாம்.

அப்பாதுரை : டாக்டர் ஏம்பா இன்னிக்கு லேட்டு?

கம்பவுண்டர் : தெரியலையே. தன்னோட கிளினிக்கை எங்க தேடிண்டு இருக்காரோ? இன்னிக்கு காலை லேந்து ஒரே குழப்பம் சார்? இந்த குழப்பம் எதுல முடியப் போறதோ?

அப்பாதுரை : நான் அப்பாதுரை. இது என் பொண்ணு மைதிலி. ரெண்டு பேரும் கண்ணை Test பண்ணிக்க வந்தோம். இது ஜானகி - என் பொண்ணோட friend...

ஜானகி : அப்பா, நான் போய் Reports எடுத்துண்டு வரட்டுமா?

கம்பவுண்டர் : என்னங்க, உங்களை இந்த அம்மாவும் அப்பாங்கறது. உங்க பொண்ணுக்குத்தானே நீங்க அப்பா. இது உங்க பொண்ணோட friendல்லீங்க.

அப்பாதுரை : அது... எம்பேர் அப்பாதுரை. ஜானகியோட அப்பா, என் வீட்டுலதான் குடியிருக்கார். அவர் என்னை, செல்லமா 'அப்பா'னு கூப்பிடுவார். இவ 'அப்பா மாமா'ன்னு கூப்டுண்டு இருந்தா.

கம்பவுண்டர் : அப்பா மாமாவா? Father uncle ஆ?

அப்பாதுரை : அது இல்லடா. அப்பாங்கறது எம் பேரு. அப்பா மாமா - அது குழப்பமா இருந்ததுன்னு இப்போ அப்பாங்கறா. அம்மா கூட என்னை அப்பானுதான் கூப்பிடுவாள்!

கம்பவுண்டர் : அம்மா உன்னை அப்பான்னு கூப்பிடுவாரா? என்ன சார் குழப்பறீங்க? இவங்களோட அப்பா தானே உங்களை அப்பானு கூப்பிடுவார்? இல்லீங்க...

அப்பாதுரை : அது இவ அப்பா பேர் அம்மாவாசை. போலீஸ் இன்ஸ்பெக்டரா இருக்கார். அம்மாவாசையை நான் செல்லமா 'அம்மா'னு கூப்பிடுவேன், அவன் என்னை 'அப்பா'னு கூப்பிடறா மாதிரி. எம் பொண்ணும் இவளோட அப்பாவை, அதாவது 'அம்மா'வை - 'அம்மா மாமா'னு கூப்டுண்டுருந்தா. குழப்பமா இருக்கும்னு இப்பொல்லாம் அம்மானு கூப்பிடறா.

கம்பவுண்டர் : என்னை வுட்டுரு சார்.

அப்பாதுரை : மைதிலி, அம்மானவுடனே ஞாபகம் வரது... வீட்டை பூட்டி, சாவியை பக்கத்து வீட்டுக்காரங்க கிட்ட தந்தியோ? ஏன்னா, நாம இல்லாத போது இவளோட அப்பன் டியூட்டி முடிஞ்சு வந்து நிக்கப் போறான்!

மைதிலி : அய்யய்யோ, வீட்டை பூட்டினேன். சாவியை கொண்டு வந்துட்டேன்பா.

கம்பவுண்டர் : என்னது, அவங்க ரெண்டு பேர்ல 7ஆம் கிளாஸ் ஆசாமி, வீட்டை பூட்டாம வந்துட்டான். இங்க உங்க 2 பேர்ல இந்தம்மா 7ம் கிளாஸ். வீட்டை பூட்டிட்டு சாவியை கொண்டாந்துட்டாங்க. ரெண்டு குடும்பத்துக்குள்ள எல்லாம் கோர்வையா வரது... 7ம் கிளாஸுக்கும் பூட்டுக்கும் ஏதான சம்பந்தம் இருக்கா?

அப்பாதுரை : ஏண்டி மைதிலி, இப்படி அசடா இருக்கே? உன்னை கல்யாணம் பண்ணிண்டு எவன் திண்டாடப் போறானோ?

ஜானகி : ஏம்பா அவளை திட்டறீங்க? பாவம்... சாது... இப்ப என்ன? சாவியை வீட்டுல கொடுத்துட்டு வரணும், அவ்வளவுதானே? கொடு மைதிலி சாவியை. நான் சைக்கிள்ள போய் கொடுத்துட்டு வர்றேன்.

கம்பவுண்டர் : அம்மா, எங்கிட்ட ஒரு சைக்கிள்தான் இருக்கு, அதை அந்தாள் எடுத்துக்கினு பூட்டான். ஆளாளுக்கு சைக்கிள் தர, இது என்ன Hire cycle கடையா?

ஜானகி : எங்கிட்ட சைக்கிள் இருக்கு. (Exit)

கம்பவுண்டர் : அப்ப, நான் உள்ளே இருக்கேன் சார்.

அப்பாதுரை : இரேன், டாக்டர் வரவரை பேசிண்டு இருப்போம்.

கம்பவுண்டர் : வேணாம் சார். நீ அந்த அப்பா, அம்மா விளையாட்டை ஆரம்பிச்சுடுவ. (ஜானகி Entry)

ஜானகி : அப்பா, என் சைக்கிளை காணும்.

அப்பாதுரை : சைக்கிளை காணுமா? அய்யய்யோ... அதுலதான் மைதிலியோட Reportsலாம் இருக்கு.

கம்பவுண்டர் : ஏம்மா, அங்க வேற ஏதான சைக்கிள் பாத்தீயா?

ஜானகி : ம்... ஒரு சைக்கிள் இருக்கு.

கம்பவுண்டர் : அப்ப கவலை விடு, அது என்னோடது. அந்த கேனப்பய இந்த சைக்கிள் சாவியால உன் சைக்கிளை திறந்து ஏறிப் போயிருக்கான். சைக்கிள்

மாறிடுச்சு. இன்னும் என்னல்லாம் மாறப் போறதோ. *(சீனு Entry)*

சீனு : சாரி, நான் கம்பவுண்டர் சைக்கிள்னு நெனைச்சு உங்களுதை எடுத்துண்டு போயிட்டேன். கொஞ்ச தூரம் ஓட்டினதுக்கு அப்புறம்தான் தெரிஞ்சுது என்னடா கிளுகிளுப்பா இருக்கேன்னு பார்த்தா Ladies Cycle. சாரி...

ஜானகி : அதுல ஒரு Bag.

சீனு : Bag-இதானே-இதை பாத்துதான் எனக்கு ஞாபகமே வந்தது. உள்ளே ஒரே பேப்பரா இருந்துச்சு. எனக்கு படிக்க தெரியாது. ஏழாம் கிளாஸ். உங்க பேரை மட்டும் படிச்சேன் மைதிலி -நல்ல பேர்.

ஜானகி : அது... மைதிலியா?

சீனு : நான் வரேன்... வீட்டை பூட்டாம வந்துட்டேன்.

அப்பாதுரை : இந்நேரம் திருடன் வீட்டையே பேத்து எடுத்து திருடிண்டு போயிருப்பான். போடா, அவன் கூட ஏன் பேச்சை வளத்தற? நீ போய் சாவியை கொடுத்துட்டு வா.

சீனு : நீங்களும் என்னை மாதிரி வீட்டை பூட்டாம வந்துட்டீங்களா?

ஜானகி : நான் இல்லை... இவ-

சீனு : ஏழாம் கிளாஸ்... நெனைச்சேன்.

அப்பாதுரை : நீ போம்மா, அவங்கூட என்ன பேச்சு? அம்மா ஸ்டேஷன்லேந்து வர டயமாச்சு.

சீனு : அம்மா Stationல இருக்காங்களா? என்ன தப்பு பண்ணினாங்க? சரி, நான் வரேன். அப்புறம் பேசிப்போம். (Exit)

(டாக்டர் Entry)

டாக்டர் : தயவு செஞ்சு ஏமாத்தாதீங்க. சார் இதானே டாக்டர் கண்ணாயிரம் கிளினிக்? சார் சொல்லுங்க சார்.

ஜானகி : சாரா?

டாக்டர் : பொம்பளை குரல்ல பேசி ஏமாத்தாதீங்க.

கம்பவுண்டர் : வந்து சார்...

டாக்டர் : கம்பவுண்டர் குரல் - அப்பா இதான் டாக்டர் கண்ணாயிரம் கிளினிக். கம்பவுண்டர், நான் தானே டாக்டர் கண்ணாயிரம். தெருத்தெருவா சுத்தி, என் மூஞ்சியே எனக்கு மறந்துடுத்து... கண்ணாடியை குடுடா!

கம்பவுண்டர் : சார் Scooterஐ கொண்டாந்தீங்களா?

டாக்டர் : ஸ்கூட்டரா? நான் கார்ல இல்ல போனேன்?

கம்பவுண்டர் : கார்னு நெனைச்சு, Scooterல போயிட்டீங்க.

டாக்டர் : அதான் என்னடா, சிக்னல்ல நிக்கறச்சே, காலை ஊனிக்க வேண்டியதா இருந்ததேன்னு நெனைச் சேன். வாசல்ல நிக்கற பஸ் யாரோடது?

கம்பவுண்டர் : அது பஸ் இல்ல சார், உங்க கார்.

டாக்டர் : கஷ்டம். அடடே, அப்பாதுரையா? எப்படா வந்தே?

அப்பாதுரை : என்னடா? கண்ணாடியை கிளினிக்ல வுட்டுட்டு ஊரெல்லாம் கிளினிக்கை தேடினியாமே?

டாக்டர் : ஆமாண்டா. இந்த குழப்பத்துல, தெரியாத்தனமா, பக்கத்து தெருவுல என் Clinic மாதிரியே ஒண்ணு இருந்தது. நுழைஞ்சு, உள்ளே போய், சீட்டுல உக்காண்டுருந்த டாக்டர் மடியில உக்காண்டுட் டேன்.

அப்பாதுரை : அந்த டாக்டர் கத்தினானா?

டாக்டர் : கத்தினானாவா? கத்தினாள்டா... பொம்பளை டாக்டர்... ஓடி வந்துட்டேன். அப்புறம் சொல்லு...

அப்பாதுரை : என் பொண்ணு விஷயமா உன்னை பாக்க வந்தேன். இதான் என் பொண்ணு.

டாக்டர் : இது என் கம்பவுண்டர்னா?

அப்பாதுரை : தள்ளி நில்லேண்டா. ஏற்கனவே கண்ணு தெரியாத குழப்பம். இதுல நீ வேற. இதான் என் பொண்ணு மைதிலி! ஒண்ணே ஒண்ணு, கண்ணே கண்ணுன்னு.

டாக்டர் : என்ன Problem?

அப்பாதுரை : Problemனா அந்த கண்ணே கண்ணுதான். கண்ணாடி பவர் ஜாஸ்தியாயிண்டே போறது.

டாக்டர் : இது யாரு?

அப்பாதுரை : இது ஜானகி. அம்மாவோட பொண்ணு. மைதிலியோட friend.

டாக்டர் : உன் தங்கன்னு சொல்லு.

அப்பாதுரை : எங்கம்மா பொண்ணு இல்லடா. எம் பிரண்ட் அம்மாவாசை. இன்ஸ்பெக்டரோட டாட்டர். அம்மாவாசையை நான் அம்மானு கூப்பிடு வேன். அதே மாதிரி என்னை அவன், அப்பானு கூப்பிடுவான்.

ஜானகி : அப்பா இந்தாங்க, மைதிலியோட Reports.

டாக்டர் : இவளும் அப்பாங்கறா?

அப்பாதுரை : Correct. உனக்குத்தான் எங்க அப்பா, அம்மா Confusion தெரியுமே? இவ என்னை அப்பானு கூப்பிடுவோ; எம் பொண்ணு இவளோட அப்பாவை, அதான் இன்ஸ்பெக்டர் அம்மாவா சையை அம்மானு கூப்பிடுவோ. ஜானகியும் மைதிலியும் அக்கா, தங்கை மாதிரி பழகறதுங்க... சொன்னா நீயே ஆச்சரியப்படுவே, ரெண்டு பேரும் ஒரு சபதம் பண்ணியிருக்காங்க. கல் யாணம் பண்ணிண்டா, ஒரே விட்டுக்குத்தான் மாட்டுப் பொண்ணா போகப் போறாங்களாம்.

டாக்டர் : அதெப்படி ஒரே வீட்டுக்கு ரெண்டு பேரும் மாட்டுப் பொண்ணா போக முடியும்? ஒரே பையனுக்கு ரெண்டு பேரையும் கட்டி வக்கப் போறீயா?

அப்பாதுரை : அது இல்லடா... யாரானா அண்ணா, தம்பி கல்யாணம் ஆகாம இருந்தா, இதுங்க ரெண்டுத் தையும் ஒத்தியை அண்ணனுக்கும், இன் னொருத்தியை தம்பிக்கும் கட்டி வக்கலாம்னு.

டாக்டர் : அப்படி அண்ணா, தம்பி கிடைக்கும்கற?

அப்பாதுரை : அட, அண்ணா தம்பி இல்லாட்டா, இவங்க ரெண்டு பேர் மாதிரி ஒண்ணாயிருக்கற Close friends கிடைக்க மாட்டாங்களா?

டாக்டர் : நீ என்ன படிச்சிருக்கம்மா?

ஜானகி : B.A. டாக்டர்.

டாக்டர் : நீ என்ன படிச்சுருக்கேம்மா? என்னடா ரொம்ப அடக்கமா, படிச்ச படிப்பை சொல்லிக்க மாட்டேங்கறா.

அப்பாதுரை : சொல்லிக்கறா மாதிரி படிப்பு இல்லை, அதான். ஏழாங்கிளாஸ்... இந்த அழகுல கண்ணுல சோடா கிளாஸ். எப்படித்தான் ரெண்டு பேரையும் ஒரே வீட்டுல மாட்டுப் பொண்ணுங்களா கட்டி வைக்கப் போறேனோ? போனவாரம் ஒரு அண்ணா, தம்பி பாத்தேன். அண்ணன் B.A. என் சொத்துக்கு ஆசைப்பட்டு மைதிலியை கட்டிக்க றேன்னான். ஆனா தம்பி ஏழாம் கிளாஸ், அவனை எப்படி B.A. படிச்ச ஜானகிக்கு கட்டி வக்கறது?

ஜானகி : இதையேன் நீங்க எங்கிட்ட சொல்லலை? இப்ப சொல்றேன் கேட்டுக்குங்க. மைதிலிக்காக நான் ஏழாம் கிளாஸ் என்ன, திண்ணை பள்ளிக்கூடம் படிச்சவனைக் கூட புருஷனா ஏத்துக்க தயார். Atleast இனிமேலாவது ஞாபகம் வச்சுக்குங்க. மைதிலிக்கு நீங்க பையன் பாக்கறச்சே, அவ ளோட சேத்து, எனக்கு பாக்கற பையன் ஏழாம் கிளாஸ் படிச்சு பியூனா இருந்தாக்கூட, நான் கண்ணை மூடிண்டு கழுத்தை நீட்ட தயார். தயவு செஞ்சு, கல்யாணத்துக்கு முந்தி எப்படி ஒண்ணா இருக்கோமோ, அதே மாதிரி கடசீவரை இருக்க ஆசைப்படறோம்.

மைதிலி : ஜானகி!

ஜானகி : என்ன, எனக்காக ஏன் உன் Lifeஐ Spoil பண்ணிக்க றேங்கறியா? நம்ப படிப்பெல்லாம் சும்மாடி. பொம்பளை படிக்கறது பொழுது போக்குக்கு. நாம என்ன படிச்சாலும் கல்யாணத்துக்கப்புறம் கைல கரண்டிதான் பிடிக்கப் போறோம். பண்ற சமையலை ஏழாங் கிளாஸுக்கு பண்ணா என்ன? M.A. படிச்சவனுக்கு பண்ணா என்ன? எல்லாம் ஒண்ணுதான்.

அப்பாதுரை : சரிடி, டாக்டர்... இதான் மைதிலி ரிப்போர்ட்ஸ்...

பாத்து ஏதான செய்ய முடியுமா பாரு...

டாக்டர் : நீங்க ரெண்டு பேரும் உள்ள போய் உங்க reportsஐ கம்பவுண்டர் கிட்ட கொடுங்க. மைதிலியோட கண் powerஐ TEST பண்ண சொல்லுங்க.

(இருவரும் Exit)

அப்பாதுரை : அப்படியே என் கண்ணையும் பாருடா. கண் ணாடி கழட்டிட்டா, பகல்லயே பசுமாடு தெரிய மாட்டேங்குது.

டாக்டர் : உனக்கு பகல்ல பசு மாடுதான் தெரியலே. எனக்கு கண்ணாடி கழட்டிட்டா பகலே தெரியலே. ராத்திரினு நெனைச்சு நேத்து Whole day தூங்கி யிருக்கேன். கண்ணை காட்டு ஒரு costly மருந்து போடறேன். (போட்டுவிட்டு) என்ன, எரியறதா?

அப்பாதுரை : பயங்கரமா எரியறது.

டாக்டர் : எரியறதா? இப்ப அது இந்த மருந்து இல்ல.

அப்பாதுரை : ஏண்டா, என் கண்ணை வச்சு தொழில் கத்துக் கிறீயா? கண்ணு சுத்தமா தெரியலையே!

டாக்டர் : ஆமாம். தொழில் கத்துக்கற அளவுக்கு உன் கண்ணுல என்ன இருக்கு? எல்லார்க்கும் கண்ணுல இருக்கற பாப்பான்னா உன் கண்ல இருக்கிறது கிழம். ஆ... Costly மருந்து கிடச்சு டுத்து. கண்ணை தொற. இதை போட்டுண்டா, ஒரு 10, 15 நிமிஷத்துக்கு கண்ணு தெரியாது. மறைக்கறா மாதிரி இருக்கும்.

அப்பாதுரை : சுத்தமா தெரியலைடா.

டாக்டர் : அப்படியே இரு. நான் போய் உன் பொண்ணு கண்ணை பாத்துட்டு வர்றேன்.

அப்பாதுரை : டே, எம் பொண்ணுக்கு ஏதான வழி பண்ண முடியுமா பாரு. அவளுக்கு ஒரு கல்யாணத்தை பண்ணி வச்சுட்டேன்னா, நிம்மதியா கண்ணை மூடிடுவேன்.

டாக்டர் : அப்பாதுரை, கவலையே படாத. உம் பொண் ணுக்கு ஜாம்ஜாம்னு கல்யாணம் ஆகும்.

அப்பாதுரை : எப்படிடா? ஏழாம் கிளாஸ், கண்ணுல சோடா கிளாஸ் இதெல்லாம் தெரிஞ்சும், இவளை

ஒத்தன் கட்டிக்க வரணுமே?

டாக்டர் : வருவாண்டா. உம் பொண்ணை கட்டிக்கறதுக் குன்னே ஒரு ஏமாந்தவன் பொறந்துருக்க மாட்டானா? அவனே வருவான்.

(உள்ளே Exit)

(மாது நுழைந்து, ரிக்ஷாக்காரனோடு)

மாது : என்னை, என்ன ஏமாந்தவன்னு நெனைச்சியா? ரிக்ஷாக்கு சவாரி பேசினது 3 ரூபா... இங்க வந்து 5ரூபா தான்னா? இல்லே, மறுபடி கேக்கறேன் நான் என்ன ஏமாந்தவனா? அ... படிச்சவண்டா... சும்மா இல்லே. M.A. தெரியுமா?

ரிக்ஷாக்காரன் : படிச்ச ஆளு, நீயே இப்படி பேசலாமா?

மாது : அப்ப, படிக்காத ஆள்கிட்ட பேசிக்க. எங்க நைனா, நாலு கடை தள்ளி வெத்திலபாக்கு வாங்கிண்டுருக்கார். நெத்தில, 'என்னை ஏமாத்தலாம்'னு எழுதி ஒட்டியிருக்கும். நீ 3 ரூபா பேசிட்டு, 5 ரூபா கேட்டா, 10 ரூபாவ கொடுத் துட்டுப் போவார்... போய் அவரை ஏமாத்து. நான் படிச்சுட்டு ஏமாற தயாரா இல்லை.

(ஜானகி வருகிறாள்)

ஜானகி : என்ன தகராறு?

மாது : பின்ன என்ன மேடம்? 3 ரூபா சவாரி பேசிட்டு இங்க வந்து 5 ரூபா கேக்கறான். இத்தனைக்கும் இங்கேந்து எங்க ஆபீஸ் 1கி.மீ. இதுல 1/2கி.மீ ஏத்தம் வேற, நானும் எங்கப்பாவும் கீழ இறங்கி இவனை ரிக்ஷால வச்சு தள்ளிண்டு வேற வந்துருக்கோம். நியாயமா பாத்தா நீ 3 ரூபா தரணும்.

ரிக்ஷாக்காரன் : அம்மா, காலைலே இதே தொலைவு. ஒத்தர் பொண் பாக்க போனார். சந்தோஷமா 5 ரூபா தந்தார்.

மாது : அவன் பொண் பாக்க போற சந்தோஷத்துல தந்திருப்பான். என்ன மேடம்?

ஜானகி : நீங்களும் பெண்பாக்க வந்ததா நெனைச்சு 5 ரூபாய விட்டெறிங்க.

மாது	:	நான் பொண்பாக்க வரலையே. கண் பாக்கனா வந்துருக்கேன் டாக்டர்கிட்ட.
ஜானகி	:	நான் பொண்ணு இல்லையா? என்னை இப்ப நீங்க பாக்கலையா? பெண் பாத்தாச்சு போறுமா? கொடுங்க. After all 5 ரூபாய்க்காக ஏன் தகராறு?
மாது	:	புத்திசாலித்தனமா பேசறீங்க. நீங்களும் என்னை மாதிரி M.Aவா?
ஜானகி	:	B.A.
மாது	:	பாதி புத்திசாலி. Ok. Ok. M.A படிச்சுட்டு ஏமாற மனசு வரலை. நீங்க சொல்றதால உங்க மூஞ்சிய பாத்துண்டே ஏமாந்தேன்... போறுமா, இந்தா 5 ரூபா.
ரிக்ஷாக்காரன்	:	ஏமார்றது தான் ஏமார்றீங்க - 10 ரூபாயா ஏமாறுங் களேன். (Exit)
மாது	:	போடா... என்ன பேசறான் பாத்தீங்களா?
ஜானகி	:	பாவம் படிக்காதவன். ஏதோ பேசிட்டு போறான்.
மாது	:	அய்யோ... படிக்காதவன் கிட்டதான் ஜாக்கி ரதையா இருக்கணும். அசந்தா ஆளை முழுங்கிடு வாங்க.
ஜானகி	:	ரொம்ப அனுபவம் போலருக்கு.
மாது	:	என் பிரண்டு சீனு ஏழாம் கிளாஸ்தான். எங்கப்பா எனக்கு பாத்து வக்கறதெல்லாம் அவன் அடிச் சிக்கினு போயிடுவான்.
ஜானகி	:	உங்க பேர் மாதுவா?
மாது	:	எப்படி கண்டுபிடிச்சீங்க. அதான் B.Aனா B.A தான்.
ஜானகி	:	உங்க பிரண்டு சீனு சொன்னான்.
மாது	:	சீனு சொன்னானா? உங்களை அவன் பாத்துட் டானா?
ஜானகி	:	இல்லை. நான்தான் அவரை பார்த்தேன்.
மாது	:	ரெண்டும் ஒண்ணுதானே? இல்லையா? சரி விடுங்க. என்ன சொன்னான்? கன்னாபின்னானு என்னை பத்தி சொல்லிருப்பானே...

ஜானகி : சேச்சே... Nice Man.

மாது : யாரு? சீனுவா?

ஜானகி : ம்... உங்களைப் பத்தி உசத்தியாதான் சொன்னார்.

மாது : M.Aன்னு சொன்னானா?

ஜானகி : தான் ஏழாம் கிளாஸ்கறதையும் சொன்னார்.

மாது : அதை விடுங்க. நான் ஆபீஸராக இருக்கறதை சொன்னானா?

ஜானகி : அதெல்லாம் சொல்லலை.

மாது : நெனைச்சேன். நான் Officerங்க பிரமோஷனை எதிர்பாத்துண்டுருக்கேன். மானேஜர் மண்டையை போட்டா, இன்னும் சீக்கிரமே வந்துடும். சீனு பியூன். பிரமோஷன் இப்போதைக்கு கிடையாது. அப்படியே வந்தாலும் பெரிய பியூன், அவ்வளவுதான். போடற காக்கி சட்டையை டெரிகாட்டன்ல தச்சு போட்டுக்கலாம்.

ஜானகி : அப்படியா?

மாது : எனக்கு 2000 ரூபா சம்பளம். சீனுக்கு 500 ரூபா. பிடிப்பு எல்லாம் போக, சில சமயம் கம்பெனிக்கு அவன் சம்பளம் தரவேண்டி இருக்கும். அவனையும் நான்தான் காப்பாத்தறேன்.

ஜானகி : Friendக்கு Help பண்றது தப்பில்லையே?

மாது : அது இல்லை. நான் கொஞ்சம் இளகிய சுபாவம்னு சொல்ல வந்தேன். டாக்டரை பாக்க வந்தீங்களா?

ஜானகி : ம்...

மாது : என்ன problem கண்லே?

ஜானகி : எனக்கு ஒண்ணும் இல்லையே?

மாது : கண்ணாடி போட்டுருக்கீங்க.

ஜானகி : இது கூலிங்கிளாஸ். M.A. படிச்சு இருக்கீங்க, கூலிங்கிளாஸுக்கும், கண்ணு தெரியாம போட்டுக்கற கிளாஸுக்கும் வித்யாசம் தெரியலையே?

மாது : பனை மரத்தடில பால் குடிச்சாலும் கள்ளுன்னு தான் நெனைப்பாங்க. கண் டாக்டர் கிளினிக்லே கூலிங் கிளாஸ் போட்டாலும் கண்ணுல

problemனுதான் நெனைக்க தோணும். அதான்.

ஜானகி : எனக்கு ஒண்ணும் இல்லை.

மாது : வயத்துல கள்ளை வாத்தீங்க. இது... சீ... பாலை வாத்தீங்க. அப்ப எதுக்கு வந்தீங்க...

ஜானகி : என் friend கண்ணாடி மாத்த வந்தா - துணைக்கு வந்தேன். பாவம். சோடா பாட்டில் கண்ணாடி -டாக்டர் பாத்துட்டு ஒண்ணும் பண்ண முடியாதுன்னுட்டார்.

மாது : கல்யாணம் ஆயிடுச்சா?

ஜானகி : எனக்கா? என் friendக்கா?

மாது : ரெண்டு பேருக்கும்தான்.

ஜானகி : ஆகலை. அவளை நெனைச்சாதான் பாவமா இருக்கு. படிப்பும் இல்லை. 7ம் கிளாஸ்.

மாது : சீனு மாதிரியா? பாவம்... என்ன வருத்தமா இருக்கீங்க? உங்க friendக்கு எப்படி கல்யாணம் ஆகும்னா? கவலைப்படாதீங்க. நல்ல எடமா அமையும். ஏழாங் கிளாஸுக்கே ஒரு அதிர்ஷ்டம் உண்டு.

ஜானகி : உங்க வாக்கு பலிக்கட்டும்.

மாது : சத்தியமா பலிக்கும்க. ஆத்மார்த்தமா சொல்றேன். சாம்பமூர்த்தி மாதிரி எரிச்சல்ல சபிச்சாத் தான் பலிக்காது.

ஜானகி : சாம்பமூர்த்தியா?

மாது : வாய் தவறி வந்துடுத்து. உங்களுக்கு கல்யாணத் துக்கு வரன் பாத்துண்டு இருக்காங்களா?

ஜானகி : ம்... But நானும் என் friendம் சேந்து கல்யாணம் பண்ணிக்கறதா இருக்கோம்.

மாது : புதுசா இருக்கு. அப்ப உங்க ரெண்டு பேர்ல யாருக்கு தாலி கட்டுவாங்க?

ஜானகி : அய்யோ... சேந்துனா எங்களை மாதிரியே சேந்து இருக்கறவங்க ரெண்டு பேரை நாங்க கட்டிக்கறதா முடிவு பண்ணி இருக்கோம்.

மாது : நல்ல பாலிஸி. கல்யாணத்தும்போது சேர்ந்து

இருப்பீங்களா? இல்ல, தாலிகட்ட வசதியா ரெண்டு பேரும் தள்ளி உட்காருவீங்களா? ஆமாம், கேட்க மறந்துட்டேனே, உங்க பேரு?

அப்பாதுரை : ஏம்மா, அங்க யார் கூட பேசிண்டு இருக்கே?

ஜானகி : இல்லைப்பா. அப்ப சீனு வந்தான் இல்ல - அவர் friend மாதுவாம்பா.

மாது : அப்பாவா?

ஜானகி : ஆமாம்... அப்பாதுரை...

மாது : அப்பாவா?

ஜானகி : ம்...

மாது : உங்க பேரு?

அப்பாதுரை : ஏம்மா, நீ இன்னும் சாவி கொடுக்க வீட்டுக்கு போகலை?

மாது : வீட்டுக்கு சாவி கொடுக்கணுமா? ஏங்க பொம்மை வீடா?

ஜானகி : இல்ல... வீட்டை பூட்டிட்டு பக்கத்து வீட்டுல சாவியை கொடுக்காம, என் friend எடுத்துண்டு வந்துட்டா.

மாது : யாரு ஏழாங்கிளாஸ் friendடா... உங்க friend பரவால்லே. சாவியைத்தான் எடுத்துண்டு வந்துட்டாங்க. என் friend, பூட்டையே எடுத்துண்டு வந்துட்டான். உங்க பேரை இன்னும் சொல்லலையே?

அப்பாதுரை : நீ இன்னும் போகலையா? சட்னு போம்மா. அப்புறம் நம்மால அம்மாக்குத்தான் கஷ்டம்.

ஜானகி : இதோ போறேம்பா. எனக்கு டயமாச்சு.

மாது : அம்மாங்கறது எப்படி? உங்களுக்கு அம்மாவா? உங்க friendக்கு அம்மாவா?

ஜானகி : என் friendக்குத்தான் அம்மா. நான் வந்து சொல்றேன். டயமாச்சு... அப்பா, நான் வரேன்.

அப்பாதுரை : நீ இன்னும் போகலையா? அப்புறம் அம்மாவை பாத்தியான்னா முடிஞ்சா, ஜீப்பை கொண்டு வரச் சொல்லு, போறச்சே ஜீப்லே போயிடலாம்.

ஜானகி : சரிப்பா.

மாது : அம்மாக்கு ஜீப் ஓட்ட தெரியுமா?

ஜானகி : இப்ப அந்த Topic ஆரம்பிச்சா டயம் ஆயிடும். வந்து சொல்றேன். (ஜானகி Exit)

மாது : பேரையான சொல்லிட்டு போங்களேன்... போயிட்டா.

அப்பாதுரை : மசமசன்னு பேசிண்டு நிக்கறீயே. போம்மா.

மாது : போயாச்சு சார்.

அப்பாதுரை : சரி. டாக்டர் கண்ணுல மருந்து விட்டு இருக்கார். சுத்தமா ஒண்ணும் தெரியலே... நீங்கதான் மாதுவா?

மாது : ம்.

அப்பாதுரை : சீனுவைப் பாத்தேன். உங்களை பாக்க முடியலே. கண்ணுல மருந்து. நீங்க என்ன படிச்சுருக்கேள். உங்களுக்கு இன்னும் கல்யாணம் ஆகலையே?

மாது : M.A. officerஆ இருக்கேன். 2000 ரூபா சம்பளம்... எதுக்கு கேக்கறீங்க?

அப்பாதுரை : பொண்ணைப் பெத்தவன். வேற எதுக்கு கேப் பான். உங்கப்பா வந்துருக்காரா?

மாது : வருவார். வெத்திலை பாக்கு வாங்க போயிருக்கார்.

அப்பாதுரை : உங்களுக்கு ஆட்சேபணை இல்லேன்னா, நான் உங்க அப்பாகிட்ட உங்க கல்யாணம் விஷயமா பேசலாமா?

மாது : எதைப்பத்தி?

அப்பாதுரை : உங்க கல்யாணத்தைப்பத்தி... உங்களுக்கு எம் பொண்ணை தரதைப் பத்தி பேசலாமா?

மாது : பேசறது என்ன? பெரியவங்க பாத்து முடிவு பண்ணா, நான் வாண்டாம்னா சொல்ல போறேன்? இதுல ஒரு வேடிக்கை பாருங்க. எங்கப்பா, வெத்திலை பாக்கு வாங்க போயிருக்கார். பேசறது என்ன? பாக்கு வெத்திலையை மாத்திண்டுடலாம். எல்லாம் கோர்வையா வரது.

அப்பாதுரை : ரொம்ப Thanksபா.

மாது : வாடா...

அப்பாதுரை : என்னையா வாடானே?

மாது : சாரி. உங்களை இல்ல. பிரண்டு சீனு வந்துருக்கான். நீங்க உக்காண்டுக்குங்க.

அப்பாதுரை : உங்கப்பா வந்தா சொல்லுங்கோ.

சீனு : மாது, வீட்டை பூட்டிட்டேன்.

மாது : அதை வுடுடா. இப்ப இருக்கற சந்தோஷத்துல நீ வீட்டையே வித்தாலும் நான் கண்டுக்கமாட் டேன். எனக்கு வரப்போற பொண்ணு, எப்படி இருக்கணும்னு நான் கற்பனை பண்ணி வச்சுருக் கேன்னு சொல்லுவேனா இல்லையா?

சீனு : கற்பனை என்ன? அதான் எப்படி இருக்கணும்னு ஒரு கட்ஜெட்டே போட்டு வச்சிருக்கியே?

மாது : கட்ஜெட் இல்லடா. பட்ஜெட்டு.

சீனு : இப்ப என்ன?

மாது : என் பட்ஜெட்டுக்கு ஏத்த பொண்ணை பாத்தாச்சு.

சீனு : எங்க பாத்தே?

மாது : இங்கதான். இப்பதான்.

சீனு : பேரு?

மாது : அதான் கேட்டுக்கலை. அதுக்குள்ள போயிட்டா. B.A படிச்சிருக்கா. உன்னைக் கூட பாத்து பேசி னாளாமே? நீ கூட அவகிட்ட வழிஞ்சியாமே?

சீனு : அவளா?

மாது : அவ பெயர் தெரியுமா?

சீனு : தெரியும்.

மாது : சொல்லேன்.

சீனு : ஒரு பத்து ரூபா கைமாத்தா தரமுடியுமா? அவ பேர் மைதிலி.

மாது : உனக்கெப்படி தெரியும்? நீ ஏதான வழிஞ்சியா? பேர் என்ன மேடம்னு...சீனு, இப்பவே சொல்லிட்டேன் - அவ உனக்கு அண்ணி மாதிரி.

சீனு : எனக்கும் அவளுக்கும் ஏணி வச்சாலும் எட்டாது.

அவ B.A. நான் ஏழாம் கிளாஸ். அவளோட Hand Bagகை சைக்கிள்ள விட்டுட்டா, நான் எடுத்துத் தந்தேன். அதுல அவபேர் இருந்தது மைதிலின்னு.

மாது : சீனு, அதோ உக்காண்டிருக்காரே திருதராஷ்டிர மகாராஜா மாதிரி - அவர்தான் என்னோட would be மாமனார். M for மைதிலி. M for மாது. M for மாமனார். கோர்வையா வரது இல்லே?

சீனு : அதான் மைதிலி அப்பாவா? கூட ஒத்தி இருந் தாளே -அவ?

மாது : மைதிலி friend. அவளோட அம்மாக்கு கூட ஜீப் ஓட்ட தெரியும்.

சீனு : Stationல இருக்கற அம்மாதானே?

மாது : Stationஆ? கரெக்ட்... மைதிலி friendடோட அம்மா, பொம்பளை போலீஸா, அதான் station, ஜீப்புங்கறாங்களா? அத விடு. சீனு, நீ எனக்கு இதுநாள் வரை செஞ்ச துரோகத்துக்கு பரிகாரமா ஒரு Help பண்ணணும்.

சீனு : என்ன?

மாது : மைதிலியோட friendடை நீ கட்டிக்கணும்.

சீனு : ஏண்டா?

மாது : அது என்னமோ, அதுங்க ரெண்டும் சேந்துதான் கல்யாணம் பண்ணிக்குமாம். தோ பார் உனக்கும் இப்படி எப்படியான கல்யாணம் ஆனாத்தான் உண்டு. நீயும் ஏழாங் கிளாஸ், அவளும் ஏழாங் கிளாஸ்.

சீனு : O.k.டா. சாதாரணமா பொண்ணுங்க மூக்கும் முழியுமா இருப்பா... என்ன, இவ மூக்குக் கண்ணாடியும் முழியுமா இருக்கா. எனக்கு போறும்.

மாது : அப்புறம் பேச்சை மாத்தக்கூடாது.

சீனு : மைதிலி friendடை உன் friend நான் கட்டிக்க றேன். O.K.யா? இது என்ன மைதிலியோட Hand Bagகை நீ வச்சிருக்கே? பாத்தா மாதிரி இருக்கு... மைதிலி யோடது... எங்க அவ?

மாது : சாவி கொடுக்க வீட்டுக்கு போயிருக்கா.

சீனு : சரி குடு. நான் Scooterல போய், அவகிட்ட கொடுத்துட்டு வந்துடறேன்.

மாது : சீனு, மைதிலி உனக்கு அண்ணி மாதிரி... குடு, நான் போய் கொடுத்துட்டு வரேன்.

(சாவியை கொடுக்க, அவன் வாங்கி Exit)

சீனு : டாக்டர் கண்ணாயிரம் வந்தாச்சு போல இருக்கு. வாசல்ல நம்ம Scooter இருக்கு. என்ன சார். என் friend மாதுவை உங்க பொண்ணு மைதிலிக்கு fix பண்ணிட்டீங்க போல இருக்கு.

அப்பாதுரை : மாதுவே O.Kனுட்டார். அவர் அப்பாவை பாத்து பேசி முடிவு பண்ணணும்.

சீனு : மாது சொல்லிட்டா அவன் அப்பா எதிர்த்து பேசமாட்டார். 'புள்ளைக்கு அடங்கின அப்பா' - சும்மா சொல்லக்கூடாது சார். சாதாரணமா கண்ணை மூடிண்டு காரியத்தை முடிச்சுடும் பாங்க. நீங்க பொண்ணு கல்யாணத்தையே கண்ணை மூடிண்டு முடிவு கட்டிட்டீங்களே?

அப்பாதுரை : எல்லாம் தெய்வ செயல். நம்ம கைல என்ன இருக்கு?

சீனு : என்ன உங்க கைல Scooter சாவி இருக்கு, இது எப்படி?

அப்பாதுரை : டாக்டர் டேபிள்ள வச்சுட்டு போயிட்டார். நான் கைல எடுத்து வச்சுட்டு தூக்கிப் போட்டு விளையாடிண்டுருந்தேன்.

சீனு : குடு சார். நான் மாதுகிட்ட மறந்துபோய், சைக்கிள் சாவியை குடுத்துட்டேன். இத போய் கொடுத்துட்டு வந்துடறேன். (சீனு Exit - மைதிலி Entry)

மைதிலி : அப்பா...

அப்பா : யாரு, மைதிலியா?

மைதிலி : டாக்டர் கண்ணாடி மாத்த முடியாதுன்னுட்டார். ஆயுசு பூரா சோடா பாட்டில்தான்.

அப்பாதுரை : வருத்தப்படாதே. இந்த சோடா பாட்டிலுக்கு

ஏத்த முடி கிடைச்சாச்சு. மைதிலி, உனக்கு மாப்பிள்ளை பாத்துட்டேன். சாரி, பாக்கலே பேசிட்டேன். பேர் மாது.

மைதிலி : சீனுவோட friendடா?

அப்பாதுரை : ம்...

மைதிலி : அப்ப ஜானகிக்கு?

அப்பாதுரை : அதான். நீங்க சேந்து மாட்டுப் பொண்ணா போக, வசதியா இந்த மாதுவுக்கு ஒரு friend இருக்கானே சீனு - சீனு தலைல ஜானகியை கட்டிடலாம்.

மைதிலி : ஜானகி தலைல சீனுவை கட்டிடலாம்னு சொல்லு... சீனு ஏழாம் கிளாஸ்பா - ஜானகி B.A.

அப்பாதுரை : அதான் ஜானகி, உனக்காக யாரை வேணாலும் கட்டிக்கறேன்னு சொன்னாளே?

மைதிலி : என்னமோ குழப்பமாயிருக்கு.

(ராமானுஜம் Entry)

ராமானுஜம் : இங்க மாது, சீனுன்னு ரெண்டு பேர் வந்தாங்களா?

அப்பாதுரை : நீங்க ராமானுஜமா?

ராமானுஜம் : எப்படி கண்டுபிடிச்சீங்க?

அப்பாதுரை : உங்களுக்குத்தான் wait பண்றேன்.

ராமானுஜம் : ஒரு நிமிஷம். நீ அப்பாதுரை இல்லை?

அப்பாதுரை : ஆமாம், நீங்க?

ராமானுஜம் : நீங்க என்னடா நீங்க. நீன்னு சொல்லு. என்னை தெரியலை.

அப்பாதுரை : எனக்கு இப்ப எதுவும் தெரியாது. கண்ணுல மருந்து போட்டிருக்கு.

ராமானுஜம் : நான்தாண்டா ராயப்பேட்டை ராமானுஜம். மார்க்கெட்டுக்கு இப்ப நீ வரதில்லையா?

அப்பாதுரை : அடடே, ரெடி ராமானுஜமா? மாது உன் பையன் தானா? அப்ப ரொம்ப நெருங்கிட்டோம்.

ராமானுஜம் : என்ன சொல்றே?

அப்பாதுரை : உம்ம பையன் மாதுவுக்கு என் பொண்ணு மைதிலியை தரதா முடிவு பண்ணிருக்கேன்.

என்ன சொல்ற?

ராமானுஜம் : என் பையன் கல்யாண விவகாரத்துல நான் தலையிடறதா இல்லை. அவன் ஒரு டைப்- 'மதில் மேல்பூனை'-அவன் கிட்டவே பேசிக் கோ.

அப்பாதுரை : அறிவு கெட்ட அப்பா ராமானுஜம், உன் பையன் கிட்டேயே பேசியாச்சு. நீ வாங்கிண்டு வந்த பாக்கு வெத்திலைய வச்சு மாத்திக்க சொல்லிட் டான் உன் பையன்.

ராமானுஜம் : இது யார்? உம் பொண்ணா?

அப்பாதுரை : ம்... மைதிலி... ஏழாங் கிளாஸ் படிச்சு இருக்கா.

ராமானுஜம் : சோடா பாட்டில் வேற போட்டுண்டுருக்கா... இவளை மாது பாத்தானா?

அப்பாதுரை : பாக்காமலே O.k.னுட்டான்.

ராமானுஜம் : சாம்பமூர்த்தி சாபம் பலிக்க ஆரம்பம் ஆயிடிச்சு.

அப்பாதுரை : என்ன சொல்ற?

ராமானுஜம் : ஒண்ணுமில்ல.

அப்பாதுரை : பாவி, நீ கெடுத்துடாத... தோ பார், கல்யாணமாகி என் சொத்தெல்லாம் என் பொண் மூலமா உனக்குத்தான். தீபாவளிக்கு மோதிரம் மாப்பிள்ளைக்கு போடறச்சே மாமனார் முண்டம் உனக்கும் போடறேன். ஏதான சொல்லி பையன் மனசை கலைக்காத.

ராமானுஜம் : ஒரு நிமிஷம், மாது எங்க?

அப்பாதுரை : மாப்பிள்ளை Scooterல போயிருக்கார்.

ராமானுஜம் : மாப்பிள்ளையா? ஏம்பா தாலியே கட்டிட்டானா? நான் போய் அவனை பாத்துட்டு வர்றேன்.

அப்பாதுரை : மாப்பிள்ளை கிட்ட சொல்லு... கல்யாணம் ஆனதுக்கப்பறம் மாமனார் மாருதி வாங்கி தரதா சொல்றார்னு.

ராமானுஜம் : அது யார் மாருதி?

அப்பாதுரை : மாருதி காருடா... அப்புறம் மாதுவோட friend சீனுவுக்கு மைதிலி friend ஜானகியை கட்டி வக்கலாம்னு இருக்கேன்.

ராமானுஜம் : சீனுவுக்கு கல்யாணம் fix ஆயிடுச்சா? தலை சுத்தறதே.

அப்பாதுரை : கல்யாணத்தை எங்க வச்சுக்கலாம்?

ராமானுஜம் : போற வேகத்தை பார்த்தா, கண்ணாயிரம் கிளினிக்லேயே கல்யாணம் ஆயிடும் போல இருக்கு. மார்க்கெட்டு போயிட்டு வரதுக்குள்ள என்ன நடந்தது? (Exit)

அப்பாதுரை : ராமானுஜம், ஆபட்ஸ்பரியில பண்ணலாமா? இல்லை ஹேமமாலினி கல்யாண மண்டபத்தில் பண்ணலாமா? ஏன்னா, எனக்கு கும்பல் ஜாஸ்தி வரும்.

மைதிலி : அப்பா...

அப்பாதுரை : ஒத்தரோட பேசறேன் இல்லை. குறுக்க பேசாத.

மைதிலி : அவர் போயாச்சு.

(டாக்டர் Entry)

டாக்டர் : ஏண்டா, கண்ணுல மருந்து போட்டதுக்காக இங்கேயே குடியிருக்கறதா? உங்கிட்ட feesசோட சேத்து வாடகையும் வாங்கணும். ஒரு நிமிஷம்.

(சீனு Entry)

வந்து... யார்பா? என்ன வேணும்? I am டாக்டர் கண்ணாயிரம்...

சீனு : அது சார். நான் Scooter சாவியை கொடுக்கறதுக் குள்ள, மாது சைக்கிள் சாவியால் Scooterஐ தொறந்து ஓட்டிண்டு போயிட்டான்.

டாக்டர் : அது உங்க Scooterதானா? சரி விடு. என்ன problem?

சீனு : No problem.

டாக்டர் : அப்ப, ஏன் என் கிளினிக் வந்தே?

சீனு : அதுவா? கண்ணுல எரிச்சல் டாக்டர்.

டாக்டர் : ஏன்?

சீனு : விளக்கெண்ணைக்கு பதிலா விளக்கு எண்ணெய் விட்டு...

டாக்டர் : போறும். உக்காரு. கண்ணைத் திற.

சீனு : டாக்டர்...

டாக்டர் : கண்ணைத் திற. ம்... இந்த மருந்தை போட றேன்.

சீனு : டாக்டர்...

டாக்டர் : வாயை தொறந்தே, மருந்தை கண்ணுக்கு பதிலா வாய்ல போட்டுடுவேன். அப்புறம் வாய் பேசாது, பாக்கும்... *(மருந்தை ஊற்றுகிறார்)* எரியுதா?

சீனு : எரியலையே...

டாக்டர் : அப்பாதுரைக்கு எரிஞ்சுது. உனக்கு எப்படி எரியலை? என்ன கண்ணோ? அப்படியே இரு. ஒரு 10, 15 நிமிஷத்துக்கு கண்ணு தெரியாது.

சீனு : அப்புறம் தெரியுமா?

டாக்டர் : அது எனக்கே தெரியாது. இந்த மருந்தை மொத மொதல்ல உன் கிட்டதான் try பண்றேன். *(டாக்டர் உள்ளே போகிறார்)*

ஜானகி குரல் : டாக்டர்...

டாக்டர் : (திரும்பி)வாம்மா, ஒரு prescription எழுதி தரேன். வாங்கிண்டு போ. *(இருவரும் Exit)*

(மாது Entry)

மாது : *(சீனுவிடம்)* சீனு, அவ கிட்ட Bagகை கொடுத் துட்டியா?

சீனு : சைக்கிள் சாவியால எப்படி Scooterஐ Start பண்ண?

மாது : நீ கொடுத்தது சைக்கிள் சாவியா? அதான் Horn அடிச்சா, பெல்லடிக்குதேன்னு பாத்தேன். ஆமாம்? ஏன் அழறே? கண்ணுல ஜலமா வரது.

சீனு : இது ஜலம் இல்லடா, மருந்து. அந்த மூதேவி டாக்டர் என்னை பேசவிடாம கண்ணுல மருந்தை விட்டுட்டு போயிட்டான்.

மாது : முந்திரிக் கொட்டையாட்டம் ஏதான பேசி யிருப்பே, அதான் - சாவு.

(டாக்டர் - மைதிலி Entry) சீனு, யார்டாது? டாக்டர் கூட வரது?

சீனு : டாக்டர் வரதே எனக்கு தெரியாது. அவர் கூட வரதெல்லாம் எப்படி தெரியும்?

மாது : ஒரு பொண்ணுடா - சோடா பாட்டில் கண்ணாடி யோட.

சீனு : உங்க ஆளோட friend ஜானகி.

மாது : உங்காள்னு சொல்லு.

(டாக்டர் வந்து)

டாக்டர் : யார்பா நீ?

மாது : டாக்டர், நீங்க இவனுக்கு தப்பா மருந்து போட்டுட்டீங்க.

டாக்டர் : இல்லையே! கரெக்டா கண்ணுலதானே போட்டேன்.

மாது : Actualஆ கண் எரிச்சல் எனக்கு. இவன் என் கூட வந்த friend.

டாக்டர் : இப்ப, என்ன பண்ணணுங்கற?

மாது : என் கண்ணை Check up பண்ணணும்.

டாக்டர் : அப்ப நீ உட்காரு. உனக்கு மருந்து போடறேன்.

மாது : Checkup பண்ணிட்டு போடுங்க. டாக்டர், என்ன problemனு தெரிஞ்சுண்டு போடுங்க.

டாக்டர் : எங்கிட்ட இருக்கறது இந்த ஒரு மருந்துதான். எந்த problemத்துக்கும் இதான் சர்வலோக கண் நிவாரணி. திற, இன்னும் திற...

மாது : இவ்வளவுதான் கண்ணை திறக்க முடியும்... இன்னும் பெரிசா தொறக்க இது என்ன வாயா? ஊத்துங்க.

டாக்டர் : எரியுதா?

மாது : எரியுது.

டாக்டர் : உன் friend எரியலேன்னான்?

மாது : அது வென்னீர்ல குளிச்சு வளர்ந்த உடம்பு.

டாக்டர் : அப்படியே இருங்க, 10, 15 நிமிஷத்துக்கு கண்ணு தெரியாது. பயப்படாத...

(Exit) (ஜானகி Entry)

ஜானகி : மாது! ரொம்ப Thanks, Scooterல வந்து Bagகை தந்ததுக்கு.

மாது : It is alright. டாக்டர் எங்க ரெண்டு பேருக்கும் கண்ணுல மருந்து போட்டிருக்கார்.

ஜானகி : நீங்க போட்டுக்கறது கரெக்ட். சீனு, நீங்களும் எதுக்கு போட்டுண்டீங்க?

மாது : Infact, அவன்தான் மொதல்ல போட்டுண்டான். நான் சொல்லலை, என்ன எப்பவுமே அவன் முந்திப்பான். இந்த வாட்டியும் முந்திண்டுட்டான்.

ஜானகி : Ok, அப்பா போகலாமா?

அப்பாதுரை : இரும்மா. ஒரு முக்கியமான விஷயம் Finalize ஆயிருக்கு.

ஜானகி : (actionல) என்ன?

அப்பாதுரை : ம்... என்னவா? இரும்மா... மாதுவும் அவனோட அப்பா ராமானுஜமும் வந்துடட்டும்.

மாது : சார்... நான் ஏற்கனவே வந்தாச்சு... எங்கப்பா வந்துடுவார்.

அப்பாதுரை : என்ன விஷயம்னு கேக்கறா. சொல்லவா?

மாது : சொல்லுங்க, சொல்லுங்க.

அப்பாதுரை : அந்த சீனு எங்க போனான்? கேனப்பய Scooter சாவில சைக்கிளை பூட்டிட்டு விடுவிடுன்னு ஓடிண்டே இருக்கான்.

சீனு : திட்டாதீங்க சார். நானும் இங்கதான் இருக்கேன்.

(ராமானுஜம் Entry)

ராமானுஜம் : ஏய் மாது! உங்க ரெண்டு பேரையும் எங்கெல்லாம் தேடறது? ஆமாம்... என்னது? உங்க கல்யாணம் Fix ஆயிடுத்தாமே? அப்பாதுரை சொல்றான்.

மாது : சார், எங்கப்பா வந்துட்டார். விஷயத்தை போட்டு உடைங்க.

அப்பாதுரை : தோ பாருங்கம்மா. உங்க ரெண்டு பேருக்கும் கல் யாணம் Fix பண்ணிட்டேன். மாது மைதிலியை கட்டிக்கறேன்னுட்டான். சீனுக்கு ஜானகி. உங்க மனம் போல ஒரே வீட்டுக்கு மாட்டுப் பொண்ணா

போற மாங்கல்யம்... O.k.யா? என்ன பேசாம இருக்கீங்க?

மாது : மௌனம் சம்மதத்துக்கு அடையாளம் சார்.

ராமானுஜம் : அப்பாதுரை, உம் பொண்ணு மைதிலி உங்கிட்ட ஏதோ சொல்ல ஆசைப்படறா, போ.

(அப்பாதுரை, மைதிலி, ஜானகி ஒரு Side)

SPOT I

அப்பாதுரை : என்னம்மா?

மைதிலி : அந்த சீனு ஏழாங் கிளாஸ். ஜானகி B.A. எனக்கு மனசு கேக்கலை. எனக்காக ஜானகி...

ஜானகி : ஸ்... இப்ப சொல்றேன். சீனுவை நான் உனக்காக மட்டுமில்ல - எனக்கே அவரோட சுபாவம் பிடிச்சு போச்சு - Nice man.

மைதிலி : பியூண்டி... எப்ப பாரு காக்கி சட்டையாதான் இருப்பான்.

ஜானகி : எங்கப்பாவே காக்கி சட்டைதானே?

மைதிலி : உங்கப்பா போலீஸ்ல?

ஜானகி : போலீஸ்ல சேரலேன்னா, அவரும் பியூனாத்தான் இருந்துருப்பார். தோ பார், எங்கப்பா மனம் போல அவர் மாப்பிள்ளையும் காக்கி சட்டை. உனக்கு மாது O.kயா?

அப்பாதுரை : O.k. என்ன O.k.? M.Aவை கட்டிக்க கசக்குதா? ஏழாங் கிளாஸ் உன்னை கட்டிக்க பாவம் மாதுவே ஒத்துண்டுருக்கார்.

ஜானகி : மாது கால்ல போய் விழுடி. M.A. படிச்சுட்டு... சே... சீனுவை Nicemanனேன். மாது, அவரை விட எங்கயோ போயிட்டார். நான் எதிரே பாக்கலை.

மைதிலி : நானும் எதிர்பாக்கலை. அவரே என்னை இன்னும் எதிருக்கு எதிர் நின்னு பாக்கலை. எப்படி ஒத்துண்டார்?

அப்பாதுரை : உன்னை கட்டிக்க ஒத்துண்டார் பாரு. இதுக்கு பேர்தான் குருட்டு அதிர்ஷ்டம்கறது.

SPOT II

ராமானுஜம் : மாது, பொண்ணை பாத்தியா?

மாது : ஏன் இன்னும் பொண்ணுங்கற? மாட்டுப் பொண்ணுன்னு சொல்லு, இல்ல மைதிலினு சொல்லு.

ராமானுஜம் : பேசினியா?

மாது : பொண் பாக்க போனா கூட இவ்வளவு பேச முடியாது. அவ்வளவு பேசியாச்சு. போறுமா?

ராமானுஜம் : அப்பாதுரை பொண்ணு மைதிலியை கட்டிக்க சம்மதமா?

மாது : Yes.

ராமானுஜம் : மாது! இது நீயா எடுத்த முடிவு! அப்புறம் என்னை திட்டக்கூடாது.

மாது : சரி.

ராமானுஜம் : கண்ணாடி போட்டுண்டுருக்காளேடா!

மாது : அது கண்ணாடி இல்லப்பா. கூலிங்கிளாஸ்.

ராமானுஜம் : இப்படியொரு கூலிங்கிளாஸா?

மாது : இப்ப இதான் Fashion.

ராமானுஜம் : சரி. படிப்பு குறைச்சலா இருக்கே?

மாது : என்ன தப்பு? புருஷனைவிட பொண்டாட்டி குறைச்சு படிச்சவளா இருந்தாதான் அழகு. என்னடா சீனு?

சீனு : கரெக்ட்.

ராமானுஜம் : மைதிலி ரொம்ப குறைச்சல்டா.

மாது : என் படிப்புல பாதி படிச்சிருக்கா.

ராமானுஜம் : பாதியா?

மாது : படிப்பை பத்தி உங்கிட்ட பேசறேன் பாரு. மொதல்ல போய் கல்யாணத்தை Fix பண்ணு.

ராமானுஜம் : மாது, இது நீ சுய நினைவோட - யாருடைய தூண்டுதலுமின்றி - நீயா எடுத்த முடிவு O.k. என்னை நாளைக்கு திட்டக்கூடாது. O.k.?

மாது : O.k.

ராமானுஜம் : என்ன சீனு, ஜானகி O.k. யா?

சீனு : O.k. சார்.

ராமானுஜம் : உனக்கென்ன வாழ்வு...

சீனு : என்ன சொல்றார்?

மாது : அவர் உளர்றார்டா.

ராமானுஜம் : தோ பார்டா மாது, சீனு ஒத்துண்டாச்சு. அங்க எப்படி?

அப்பாதுரை : இங்கேயும். O.k.

ராமானுஜம் : மாது! கடசீ தடவையா கேட்கறேன். பொண்ணு பாக்க ஒரு நாள் arrange பண்ணவா?

மாது : Straightடா, கல்யாணத்துக்கே போ. நாங்க, இப்பவே தாலி கட்ட ரெடி. கண்ணுல மருந்து போட்டுண்டுருக்கோம். எங்கயனா மைதிலினு நெனைச்சு, ஜானகி கழுத்துல நானும், ஜானகினு நெனைச்சு, மைதிலி கழுத்துல சீனுவும் தாலி கட்டிவச்சா பேஜாராயிடும்!

(திரை)

காட்சி -7

சத்திரம்

அப்பாதுரை : மைதிலி... மைதிலி...

மைதிலி : என்னப்பா?

அப்பாதுரை : ஜானகி எங்க?

மைதிலி : தோ, அந்த எதிர் ரூம்ல இருக்கா. முகூர்த்தத்துக்கு Dress பண்ணிண்டு ரெடியாண்டுருக்கா.

அப்பாதுரை : நீ ரெடியாகலே?

மைதிலி : நான் அப்பவே ரெடி.

அப்பாதுரை : இதான் ரெடியான லட்சணமா? தலைய ஏன் இப்படி எண்ணெய்ல முக்கி எடுத்து சப்பட்டையா வாரிண்டுருக்க? சீப்பு உடைஞ்சிருக்குமே! படிப்பு

இல்லேன்னு பாத்தா, Dress பண்ணிக்கக் கூட தெரியலே! என்ன பொண்ணோ? ஆனா, எது இருக்கோ இல்லையோ, ஆளை முழுங்கற அளவு அதிர்ஷ்டம் இருக்கு. இல்லேன்னா, M.A. படிச்ச மாது, மாப்பிள்ளையா கிடைப்பானா? உனை கட்டிக்கப் போறான் பாரு மாது - சாதாரன தியாகி இல்லை. பென்ஷன் வாங்கற அளவு சுதந்திரப் போராட்ட தியாகி.

மைதிலி : அதான் பென்ஷனுக்கு பதிலா, உன் தியாகி மாப் பிள்ளைக்கு வரதட்சணை வாரிவுட்டுருக்கியே?

அப்பாதுரை : ஏண்டி மீட்டிங்குல பேசறா மாதிரி கத்தறே! மெல்ல பேசு... உனக்கு கண்ணுல சோடா பாட் டில்னா வாய்ல மைக்...

மைதிலி : எதுக்கு கூப்பிட்ட? இப்படி திட்டறதுக்கா?

அப்பாதுரை : இந்தா... இந்த ரெண்டு தட்டுல வேஷ்டி சொக்காய் புடவை ரெண்டு செட் இருக்கு. ஒண்ணு மாதுக்கும் உனக்கும். நீயே போய் அவர்கிட்ட கொடுத்துடு. இன்னொண்ணு சீனுவுக்கும் ஜானகிக்கும். ஜானகி கிட்ட கொடுத்து சீனு கைல கொடுக்க சொல்லு.

மைதிலி : இதெல்லாம் நீயே போய் கொடுக்கக் கூடாதா?

அப்பாதுரை : தாலியையும் நானே கட்டிடறேனே! ஜடம்டி நீ! பொண்ணு மாப்பிள்ளை கிட்ட தரதுதான் முறை, நம்ம வழக்கம்.

மைதிலி : இதுல எந்த Plate எனக்கு? எந்த Plate சீனு ஜானகிக்கு?

அப்பாதுரை : Plateடா? நான் என்ன மசால் தோசை, இட்லியா இதுல வச்சுருக்கேன்? வெள்ளித் தட்டுடி. Plateடாம் Plate. இதுல எழுதியிருக்கே, மாது -மைதிலி, சீனு - ஜானகினு பாக்கலை? ஆமாம், ஏன் கண்ணாடி போட்டிருக்கலே?

மைதிலி : கல்யாணமும் அதுவுமா கண்ணாடியோட இருந்தா, அசிங்கமா இருக்குமேன்னு, நான்தான் கழட்டிட்டேன்.

அப்பாதுரை : உங்கிட்ட இருக்கிற ஒரே ஒரு Powerful Aspect உன் கண்ணாடிதான். அதை ஏன் கழட்டற?

பாத்து எடு, தட்டை மாத்திடப் போற. தோ பார், இது உங்களுக்கு, இது அவாளுக்கு.

மைதிலி : தெரியும்பா... இந்த தட்டை நான் மாப்பிள்ளை கிட்ட தரணும். இதை ஜானகி -சீனுகிட்ட தரணும்.

அப்பா : ஆமாம்.

மைதிலி : தட்டோட தந்துடறேன். ஆமாம், புடவையை வச்சுண்டு மாப்பிள்ளை என்ன பண்ணுவார்?

அப்பாதுரை : தெருத்தெருவா சைக்கிள் ரிக்ஷால போய் இந்த புடவையை வித்துட்டு வருவார். புடவை உனக்குடி. என்ன பொண்ணோ? முகூர்த்தத்தை இன்னும் கொஞ்சம் முன்னாடியே வச்சுண்டுருக்க லாம். நீ பேசியே கல்யாணத்தை நிறுத்திடுவே போலருக்கே. போ... அங்க எங்க போறே?

மைதிலி : ஜானகி கிட்ட இந்த தட்டை தரவேணாமா?

அப்பாதுரை : பரவால்லே. அறிவு ஓரளவுக்கு இருக்கு.

மைதிலி : உம் பொண்ணாச்சே? இதுக்கு மேல எதிர்பாக்க முடியுமா? (Exit)

அப்பாதுரை : சாதுவா இருந்தா... வாயை திறந்து பேசமாட்டா... திடீர்னு எப்படி இவ்வளவு பேசறா? புருஷன் வரப்போறான்னவுடனே பொண்ணுக்கு பேச்சு வந்துடும் போலருக்கு.(சீனு Entry)

அப்பாதுரை : வாப்பா, மாப்பிள்ளை ரெடியா?

சீனு : ஓ...

அப்பாதுரை : அட... எம் மாப்பிள்ளை ரெடியான்னேன்?

சீனு : சார் மாப்பிள்ளைனவுடனே ஞாபகம் வரது. actualலா நான் யாரோட மாப்பிள்ளை?

அப்பாதுரை : நீ அம்மாவோட மாப்பிள்ளை...

சீனு : அம்மாவோட மாப்பிள்ளையா?... அப்ப, எனக்கு மாமனாரே கிடையாதா? ஜானகி தெய்வப் பிறவியா?

அப்பாதுரை : விஷமம். உன் மாமனார் Police Inspectorபா. இனிமே சட்டம் உன் கையில்.

சீனு : அவர் எங்க காணும்? எம் மாமனாரை கண்ணுலயே காட்டமாட்டேங்கறேளே?

அப்பாதுரை : ஏதோ Special Dutyயாம். தாலி கட்டறச்சே கரெக்டா வந்துடுவார்.

சீனு : தாலி கட்டறச்சே, கரெக்டா வருவாரா? தமிழ் சினிமா போலீஸ் இன்ஸ்பெக்டரா? அதுவரை நீங்கதான் acting மாமனாரா?

அப்பாதுரை : மாமனார் லேட்டா வந்ததுக்காக, மாப்பிள்ளை வருத்தப்பட்டார்னு உன் சார்புல நானே அம்மா கிட்ட சொல்றேன். போறுமா? (Exit)

சீனு : என்ன கர்மம்டா, ஒழுங்கா பேசிண்டே வரார். கபால்னு அம்மாகிட்ட சொல்றேன், ஆயாகிட்ட பேசறேன்னு ரூட்டை மாத்திடறார். மாது மாமனார் ஒரு மாதிரியோ? (ஜானகி Entry)

ஜானகி : ஹலோ...

சீனு : மாது உள்ளே Dress பண்ணிண்டுருக்கான்.

ஜானகி : நான் கூப்பிட்டது உங்களைத்தான்.

சீனு : என்னை எதுக்கு...?

ஜானகி : இந்த தட்டுல முகூர்த்தத்துக்கு போட்டுக்க வேண்டிய வேஷ்டியும் ஷர்ட்டும் இருக்கு.

சீனு : மாதுகிட்ட இதை நான் கொடுத்துடணும். அதானே?

ஜானகி : No No, உங்களுக்கு.

சீனு : எனக்கா? இதை நீங்க ஏன் தரணும்?

ஜானகி : என்ன? நீங்க போங்கன்னு? நீன்னு சொல்லுங்க.

சீனு : நீ சொல்லலாம் தப்பில்லை. இது... நீயேன் எங்கிட்ட... இந்த சொட்டி, வேக்காயை... இது... சீ... வேட்டி, சொக்காய தரணும்?

ஜானகி : என் friend இதை உங்க கிட்ட தரச் சொன்னா. அப்பாதான் சொன்னாராம். அதான் வழக்கமாம்.

சீனு : அப்பா சொன்னாரா? அப்பா வந்தாச்சா? Special Dutyனார்.

ஜானகி : நான் சொல்றது அப்பாதுரையை. உங்க friend

டோட மாமனார். அவரும் அம்மாவும் ரொம்ப Close. (Exit)

சீனு : ஆக மொத்தம் அப்பாதுரைதான் இந்த கல்யாணத்துக்கு acting மாமனார், acting அப்பான்னு சொல்லு... ஆமாம், அந்த அம்மாங்கறது யாரு? மாதுவோட மாமனார் எப்ப பேச ஆரம்பிச்சாலும் புள்ளையார் சுழி மாதிரி அம்மா போட்டுத் தான் பேசறார்...

ஜானகி : விஷமம். தெரியாத மாதிரி. நீங்களும், உங்க friendம் எப்படி Closeசோ, அப்படித்தான் உங்க friendடோட மாமனாரும் அம்மாவும் ரொம்ப Close.

சீனு : மாதுவோட மாமனாரும் அம்மாவும் ரொம்ப Closeஸ? அப்பாதுரையை ஒரு மாதிரினு நெனைச்சா - மைதிலி வேற மாதிரி சொல்றா. பெத்த அப்பாவை பத்தியே தப்பா சொல்றா.

(மாது Entry)

மாது : என்னடா, தனக்குத்தானே பேசிண்டு இருக்கே?

சீனு : ஏதோ... இந்த மட்டும் தலை மயிரை பிச்சுக்காம இருக்கேனே! மாது, யார்டா இந்த அம்மாங்கறது?

மாது : எனக்கும் இதே குழப்பம்தான். கல்யாணத்துக்கு வந்தவங்கள்ள பாதி பேர் அம்மா இன்னும் வரலைங்கறாங்க. மீதி பேர் இன்ஸ்பெக்டர் வரலைங்கறாங்க. அம்மாவுக்கும் இன்ஸ்பெக்டருக்கும் ஏதான கனெக்ஷனோ?

சீனு : மைதிலி சொல்றத பார்த்தா, உங்க மாமனாருக்கும் அம்மாவுக்கும்தான் ஏதோ கனெக்ஷன்.

மாது : மைதிலி சொன்னாளா? அவளோட எதுக்கு நீ பேசின?

சீனு : அவளேதான் வந்து இந்த வேஷ்டியும் சொக்காவும் தந்துட்டு போறா. முகூர்த்தத்துக்கு போட்டுக்கணுமாம்.

மாது : என்னடாது? ஜானகிதானே இதை உங்கிட்ட தரணும்? அதானே வழக்கம்?

சீனு : மைதிலி என்னமோ இதான் வழக்கம்னா.

மாது : கரெக்ட். சாதாரணமா கல்யாணப் பொண்ணுங்களுக்கு மாப்பிள்ளை தோழன் மாதிரி தோழி ஒண்ணு இருக்கும். எல்லா Helpம் அதான் செய்யும். இங்க தோழிகள் ரெண்டுத்துக்குமே கல்யாணம். அதான் ஜானகி சார்புல மைதிலி கல்யாணத் தோழியா வந்து கொடுத்துட்டு போயிருக்கா போலிருக்கு.

சீனு : என் மாமனார் -

மாது : Police.

சீனு : கரெக்டா?

மாது : திருடன்தான் ஒளியணும். போலீஸ் ஏன் ஒளியணும்? உன்னோட போலீஸ் மாமனாருக்கும் இந்த திகில் அழகி மர்ம அம்மாவுக்கும் ஏதோ கனெக்ஷன். ஏம்மா, உங்கப்பா எங்க?

மைதிலி : அம்மாவை தேடிண்டு போயிருக்கலாம்.

(தன் போர்ஷனுக்குள் Exit)

மாது : போறுமா? உங்க மாமனார்தான் அம்மாக்கு பயந்துண்டு தலை மறைவா இருக்கார். போலீஸ்கார மகளே சொல்லிட்டு போறா. என்னவோ இருக்கு! (அப்பாதுரை Entry)

அப்பாதுரை : என்ன மாப்பிள்ளை! Good. வேஷ்டி, ஷர்ட் மைதிலி தந்தாளா?

சீனு : அப்ப உனக்கு.

மாது : உனக்கு மைதிலி தந்தா மாதிரி எனக்கு மைதிலி தோழி ஜானகி தருவோ போலருக்கு... பார், சொன்னவுடனே உங்க ஆள் வந்துடுத்து. சும்மா சொல்லக்கூடாது, சோடாபாட்டில் கண்ணாடி மாதிரி ஆயுசு கெட்டி. வாம்மா என்ன வேஷ்டி, சர்ட்டா? நீயேன் எனக்கு தர?

மைதிலி : ஆமாம், இதுதான் வழக்கமாம். அப்பா சொன்னார்.

சீனு : அப்பா வந்தாச்சா?

மைதிலி : அப்பா இங்கதானே இருக்கார்.

மாது : (சீனுவை தனியாக இழுத்து) ஏண்டா, இவ

அப்பன் இங்கதான் இருக்கானாம். ஏன் கண்லயே படாம ஒளியறான்? இவ அப்பன் யாரு?

அப்பாதுரை : ஜானகியா... மைதிலியைத்தானே உங்க கிட்ட தரச்சொன்னேன்.

சீனு : உங்க பொண்ணு மைதிலி எங்கிட்ட தந்தா. கேட்டா, இதுதான் வழக்கம்னு ரெண்டுபேரும் சொல்றாங்க.

அப்பாதுரை : நான் அப்பவே சொன்னேன். மாத்தி கொடுத்துடு வேன்னு. வேஷ்டி, Shirt மாத்தி தந்துடப் போறதுங்களேன்னு பயந்தேன். கடசீல இதுங்க ரெண்டும் ஆளையே மாத்தி தந்துடுத்துங்க.

எப்படியோ முகூர்த்தத்துக்கு வேஷ்டி, ஷர்ட் வந்தாச்சு, Get ready. என் கவலை என்னன்னா - முகூர்த்தம் நெருங்கிகிட்டுருக்கு இன்னும் இந்த-

சீனு : (பயந்து) போலீஸ் மாமனாரை காணுங்கறேளா?

அப்பாதுரை : வேற என்ன... அம்மாவை இன்னும் காணலை யேன்னு தான். நான் அம்மா வந்தாச்சான்னு பாத்துட்டு வர்றேன். சும்மா நிக்கறதுக்கு, மாப்பிள்ளை நீங்க வேணா போய் மைதிலியோட பேசிண்டுருங்களேன். தோ, இந்த போர்ஷன்ல தான் மைதிலி இருக்கா.

மாது : சார், மைதிலி அந்த போர்ஷன்ல இருக்கா. ஜானகி தான் இந்த போர்ஷன்ல இருக்கா.

அப்பாதுரை : காலைல ரெண்டும் மாறினா இருந்துதுங்க? வேஷ்டி, ஷர்ட்டை மாத்தி கொடுத்தா மாதிரி ரூமையும் மாத்திடுத்துங்களா? O.k. நீங்க போய் பேசிண்டுருங்க. சீனு, நீயும் போய் பேசிண்டு இரேண்டா. (ஜானகியோட Exit)

(ராமானுஜம் Entry)

மாது : அப்பா எங்க, கண்ணுலயே காணும்?

ராமானுஜம் : கல்யாணத்துக்கு வந்தவங்க குளிக்க வென்னீர் போட போயிருந்தேன்.

மாது : அய்யோ, ஏன் இப்படி எங்க போனாலும் கொத் தடிமையா மாறிடறே? இங்க வந்தும் வென்னீரா?

நீ புள்ளை வீட்டுக்காரன்பா.

ராமானுஜம் : சரிடா. பொண்ணு வீட்டுக்காரங்களுக்கு Help பண்ணா, குறைஞ்சா பூடுவோம்? சரி. நான் வர்ரேன் இன்னும் கொஞ்ச நேரத்துல அம்மாவும், 5 கான்ஸ்டேபிள்களும் வந்துடுவாங்களாம். அவங்க குளிக்க வென்னீர் போடணும்.

மாது : அம்மாவும் 5 கான்ஸ்டேபிளுமா? என்ன எழவோ?

சீனு : சரி விடு. நாம தொழில கவனிப்போம் - நான் ஜானகிகிட்ட பேசிட்டு வர்றேன். நீ போய் மைதிலிகிட்ட பேசிட்டு வா...

மாது : வெளில கூப்பிட்டு பேசுவோம்டா.

சீனு : ஏண்டா கல்யாணம் பண்ணிக்கப்போற பொண்டாட்டியோட தனியா பேசறதுல என்ன தப்பு?

மாது : கல்யாணம் ஆனதுக்கப்பறம்தாண்டா பொண்டாட்டி. கழுத்துல தாலி ஏறவரை எதுவும் நிச்சயமில்லை. வெளில கூப்பிட்டு பேசுவோம்.

சீனு : சரி, நான் கூப்பிடவா?

மாது : ம்...

சீனு : ஜானகி... ஜானகி...

(மைதிலி போர்ஷனை பார்த்துக் கத்துகிறான்.)

ஜானகி : தன் போர்ஷனிலிருந்து...

என்ன கூப்டிங்களா?

மாது : உன்னை இல்லம்மா. ஜானகியை...

ஜானகி : நான்தான் ஜானகி.

மாது : ஒஹோ, சீனு தோ இருக்காடா. (Reaction) என்ன நீ ஜானகியா? மைதிலி இல்ல.

மைதிலி : (வந்து) கூப்டிங்களா?

சீனு : நீ மைதிலியா?

மைதிலி : ஆமாம்.

மாது : (ஜானகியிடம்) சும்மா ஒளங் ஒளாங்காட்டிக்கு சொல்ற இல்லே.

ஜானகி : சத்தியமா சொல்றேன் சார். எம் பேர் ஜானகி. மைதிலி இல்ல சார்.

மாது : சாரா? நான் உன்னை கல்யாணம் பண்ணிக்கப் போறவன்மா... புருஷனை சார், மோர்லாம் சொல்லக்கூடாது.

ஜானகி : மைதிலி, இவர் என்ன சொல்றார்?

மைதிலி : புரியலையே.

மாது : உனக்கு ஒரு எழவும் புரியாது - நீ ஏழாம் கிளாஸ்.

மைதிலி : என்ன இப்படி சொல்றீங்க? அன்னிக்கு டாக்டர் கிளினிக்ல என்னை கல்யாணம் பண்ணிக்க றேன்னு எங்கப்பாகிட்ட சொல்லலை?

மாது : சொல்லலை... நான் கல்யாணம் பண்ணிக்க றேன்னு சொன்னது மைதிலிய இல்ல. இவளை...

ஜானகி : நான் மைதிலி இல்லையே?

மாது : ஏண்டா சீனு, நீதானேடா சொன்ன? இவ பேர் மைதிலினு...

சீனு : இவ Hand Bagல இருந்த பேப்பர்ல மைதிலினு எழுதியிருந்தது. அந்த Hand Bag உன்னதுதானே?

மைதிலி : Hand Bag அவளோடதுதான். அதுல இருந்த பேப்பர்லாம் என்னோட சம்பந்தப்பட்ட குறிப்புகள்.

மாது : ஆமாம் குறிப்பு... பெரிய CBI டைரி குறிப்பு. சும்மா இருடி... ஏம்மா அப்பாதுரையை நீ கிளினிக்ல 'அப்பா'ன்னு கூப்பிடலே?

ஜானகி : கிளினிக்ல என்ன, எங்கயுமே அவரை நான் 'அப்பா'ன்னு தான் கூப்பிடுவேன்.

மாது : அப்பாதுரை மைதிலி அப்பாதானே?

ஜானகி : ம்...

மாது : மைதிலி அப்பாவை நீ ஏன் அப்பான்னு கூப்பிட்டே?

மைதிலி : இது என்ன அசட்டுக் கேள்வி? அவ, என் அப்பாவை அப்பான்னு கூப்பிடுவா; நான் அவ ளோட அப்பாவை அம்மான்னு கூப்பிடற தில்லயா?

சீனு : யாரு இன்ஸ்பெக்டரையா?

மாது : அப்ப, உங்கப்பா தான் அம்மாவா? சீனு, இது என்னடா அப்பா அம்மா விளையாட்டாயிருக்கு.

மைதிலி : அவ, அப்பாதுரையை அப்பான்னு கூப்பிடற மாதிரி நான் அம்மாவாசையை அம்மான்னு கூப்பிடுவேன்.

மாது : அது யாரு அம்மாவாசை, புது Character?

ஜானகி : எங்கப்பா.

மாது : உங்கப்பாதான் அம்மாவாசையா?

சீனு : ஒரு நிமிஷம். தோ பார். தெளிவா சொல்லு. அம்மாவாசைதான் இன்ஸ்பெக்டரா இல்லே, இன்ஸ்பெக்டர் பேரு அம்மாவாசையா?

மாது : பீடை, ரெண்டும் ஒண்ணுதான்.

(அம்மாவாசை Entry with Constables)

அம்மாவாசை : நமஸ்காரம் நமஸ்காரம். சாரி. கொஞ்சம் லேட்டா யிடுத்து. I am Inspector அம்மாவாசை. இது என் கான்ஸ்டேபிள் பேர் பௌர்ணமி. நம்ம கூட வந்த சூரியனும் சந்திரனும் எங்க? சூரியன் சந்தி ரன் கூட வந்த கான்ஸ்டேபிள்ஸ்.

பௌர்ணமி : நாஷ்டா பண்ண போயிருக்காங்க.

அம்மாவாசை : என்ன ஜானகி, முகூர்த்தம் எப்ப?

ஜானகி : தோ, இப்பப்பா.

அம்மாவாசை : எங்க என்னோட ஏழாங்கிளாஸ் படிச்ச மாப்பிள்ளை? தோ இருக்காரே... (மாதுவிடம்) Congratulations மாப்பிள்ளை.

மாது : சார்.

அம்மாவாசை : சாரா? மாமனாரை சார்னு கூப்பிடற? லத்தி சார்ஜ் பண்ணி முட்டிக்கு முட்டி பேத்துடுவேன். மாமான்னு கூப்பிடு.

மாது : அது சார்...

அம்மாவாசை : மறுபடியும் சாரா? படிப்பு இல்லை. ஏழாம் கிளாஸ். Policeஐ பாத்தா பயம் - சார் மோர்ங்கறார்.

மாது : நான் ஏழாங் கிளாஸ் இல்லே.

அம்மாவாசை : இதானே வாணாம்கறது। நான் போலீஸ்காரன். மூஞ்சிய பாத்தாலே சொல்லிடுவேன் படிச்சவனா படிக்காதவனான்னு... மூஞ்சில எழுதி ஒட்டியிருக்கே 7ம் கிளாஸ்னு... அதிர்ஷ்டக் காரன்யா... B.A. படிச்ச எம் பொண்ணு உனக்கு கிடைச்சாளே?

மாது : கிள்ளாதீங்க சார்.

மைதிலி : அய்யோ அம்மா... அது உங்க மாப்பிள்ளை இல்லே. அது அப்பாவோட மாப்பிள்ளை.

அம்மாவாசை : மாதுங்கறது இவரா... இவர் மாதுவா? மைதிலிக்கு வாழ்வு தரப்போற மகாத்மா, மாது இவரா? ரொம்ப Thanksப்பா.

மாது : சார், நான் சொல்றத கேளுங்க. மைதிலி ஏழாங் கிளாஸ், நான் M.A.

அம்மாவாசை : ஒண்ணும் பேசாதீங்க. கான்ஸ்டேபிள், Note பண்ணிக்க.

மாது : எதுக்கு சார்?

அம்மாவாசை : நீங்க பண்ண தியாகத்துக்கு Departmentல சொல்லி Award - Reward - Medal வாங்கித் தரப் போறேன்.

மாது : சார்...

அம்மாவாசை : ஒத்துங்க. நீங்கதான் சீனுவா?

சீனு : ம்...

அம்மாவாசை : ஏன் சினிமா தியேட்டர்ல Blackல டிக்கட் விக்கறவன் மாதிரி திருட்டு முழி முழிச்சுட்டு நிக்கறீங்க? ஜானகி உங்களைப் பத்தி லெட்டர் போட்டுருந்தா 7ங்கிளாஸ்னு. என்ன இப்போ? நானே ஏழாங்கிளாஸ்தான். கான்ஸ்டேபிளா சேர்ந்தேன்; படிப்படியா முன்னேறி இப்ப இன்ஸ்பெக்டராயிட்டேன்.

அம்மாவாசை : நீங்க...

சீனு : நான் பியூன்.

அம்மாவாசை : Don't worry... நீங்களும் படிப்படியா முன்னேறி இன்ஸ்பெக்டராயிடுவீங்க. மாப்பிள்ளை, என்னால வரதட்சணைலாம் பெரிசா செய்ய முடி

யாது. நான் சாதாரண போலீஸ். என்னால முடிஞ்சது என்ன - நாளைக்கு நீங்க Scooterல போனா, உங்களுக்கு முன்னாடியும் பின்னாடியும் பந்தோபஸ்தா போலீஸ் ஜீப்பை விட சொல்றேன். Enjoy...

சீனு : அப்புறம்?

அம்மாவாசை : சும்மா கூச்சப்படாம கேளுங்க...

சீனு : Scooter driving license இன்னும் பர்மனெட் ஆகலே. R.T.O Officeக்கு போனா எட்டுபோடு, 16 போடுங்கறாங்க, நீங்கதான் எப்படியான...

மாது : அல்பம், பேசாம இருடா.

(அப்பாதுரை Entry)

அப்பாதுரை : டேய் அம்மா, எப்ப வந்த? ஏண்டா நேத்து ராத்திரியே வரதா சொன்னே? உன்னோட stationலேந்து டெலிகிராம் கூட வந்தது - ராத்திரி அம்மாவாசை வரதா.

மாது : அம்மாவாசை ராத்திரி வராம, பட்ட பகல்லயா வரும்?

அம்மாவாசை : படிப்புக்கேத்த பேச்சு. ஏண்டா அப்பா, முகூர்த்தம் எப்ப?

அப்பாதுரை : தோ ஆரம்பிச்சுட வேண்டியதுதான். மாப்பிள்ளைங்க ரெடியாச்சே.

மாது : சார், அது வந்து...

அப்பாதுரை : உங்கப்பா எங்க?

ராமானுஜம் : (வந்து) என்ன... அடடே, இன்ஸ்பெக்டர், கான்ஸ்டேபிள் வந்தாச்சு. வென்னீர் ரெடி, அம்மா வரலையா?

அம்மாதுரை : நான்தான் அம்மா.

ராமானுஜம் : நீங்க அம்மாவா? ஆம்பளை அம்மாவா? மாது என்னடாது?

மாது : அப்பா இதுல பல குழப்பம் இருக்கு. ஏய் சீனு, அங்க எங்க ஜோதில கலக்கப் பாக்கறே? குழப்பமே உன்னாலதான்... வாடா... சார், ஒரு நிமிஷம். அப்பாவோட தனியா பேசணும்.

அம்மாவாசை : போயேண்டா. அப்பா, உன் மாப்பிள்ளை கூப்பிடறார்.

மாது : எங்கப்பா சார். (இழுத்து வருகிறான் ஒரு ஓரத்திற்கு)

ராமானுஜம் : என்னடா குழப்பம்?

மாது : அப்பா, நான் அன்னிக்கு டாக்டர் கிளினிக்ல மைதிலின்னு நெனைச்சு பார்த்தது ஜானகியப்பா. சீனு, ஜானகின்னு நினைச்சு பார்த்தது மைதிலியை. எல்லாம் உள்டாவா ஆயிடுச்சுப்பா.

ராமானுஜம் : நான் படிச்சு படிச்சு கேட்டேன். கண்ணாடிடா, O.kயான்னேன். கூலிங்கிளாஸ்னே, படிப்பு போறுமாடான்னேன். உன் படிப்பில பாதின்னே! ஏழாங்கிளாஸ் M.Aல பாதியா? அப்ப M.A என்ன ஏழு ரெண்டு 14ம் கிளாஸா? பீடை, இப்ப வந்து தப்பு நடந்து போச்சுப்பான்னு ஒப்பாரி வைக் கறீயே...

மாது : அப்பா, நான் நெனைச்சது ஜானகியை. இங்க நடக்கப் போறது மைதிலியோடயா? ஏமாந்துட் டேன்பா.

சீனு : சரிடா, நான் கூடத்தான் நெனைச்சது மைதிலியை. நடக்கறது ஜானகியோட. நானும்தான் ஏமாந் துட்டேன். Adjust பண்ணிக்கலை?

மாது : அறைஞ்சு கொன்னுடுவேன். உனக்கு கல்யாணம் ஆகறதே ஜாஸ்தி. இதுல BA படிச்ச ஜானகி கிடைக்கறச்சே நீயேன் adjust பண்ணிக்க மாட்ட?

ராமானுஜம் : இப்ப, என்னங்கற?

மாது : இந்த கல்யாணம் நடக்காதுன்னு போய், அங்க நிக்கறதுங்களே, அப்பா, அம்மா, இன்னும் பாட்டி, தாத்தா வேற யாரான இருந்தா மொத்தமா சொல்லிட்டு வந்துடு.

அம்மாவாசை : என்ன ராமானுஜம், என்ன இன்னுமா பேசி முடிக்கலை? என்ன Problem?

ராமானுஜம் : Problem ஒண்ணும் இல்லை. பையன் கேட்டான் தாலி கட்டறச்சே எவ்வளவு முடிச்சு போடற துன்னு... மூணு முடிச்சு போடறது முறை.

அதுக்கு மேல உன் சௌகரியத்தை பொறுத்த துன்னு சொல்லிண்டுருக்கேன். நீங்க பேசிண்டு ருங்க. தோ வந்துடறேன். மாது! என்னால போய் முடியாதுன்னு சொல்ல முடியாது.

மாது : ஏன்?

ராமானுஜம் : கை நீட்டி, அப்பாதுரைகிட்ட வரதட்சணை வாங்கிட்டேண்டா.

மாது : வரதட்சணை வாங்கினியா? அப்பா, வரதட்சணை வாங்கறது தப்பு, குத்தம், சட்டவிரோதம்.

ராமானுஜம் : நான் வாங்கலடா.

மாது : பின்ன?

ராமானுஜம் : அப்பாதுரைதான் கொடுத்தான்.

மாது : ஏம்பா, இப்படி கூட இருந்தே குழி பறிக்கறே? எவ்வளவு வாங்கினே?

ராமானுஜம் : 50 ஆயிரம்.

மாது : அம்பதாயிரமா? அதான் பொண்ணு வீட்டுக்காரன் மாதிரி வென்னீர் போடற... கொத்தவால் சாவடிக்கு போய் கறிகாய் வாங்கிண்டு வறியா?... சே... மொதல்ல போய் அந்த பணத்தை திருப்பிக் கொடுத்துட்டு, கல்யாணம் நடக்காதுன்னு சொல்லிட்டு வா.

ராமானுஜம் : முடியாது. செலவழிச்சாச்சு.

மாது : அம்பதாயிரத்தையுமா? எப்படி?

ராமானுஜம் : எப்படி? என்னையே கேளு? உனக்காகத்தான் நம்ம வீட்டு பாத்ரூம்ல மொஸைக் டைல்ஸ் போட்டேன். அப்புறம் வெள்ளில ஒரு வென்னீர் அண்டா வாங்கினேன்.

மாது : வெள்ளில வென்னீர் அண்டா வாங்கினீயா?

ராமானுஜம் : வென்னீரோட சேத்து வாங்கினேன். அப்புறம் உன்னைத் தவிர, முக்யமா சீனு, பாத்ரூம்ல நுழைஞ்சா அலாரம் பெல் அடிக்க ஒரு மீட்டர் வாங்கிப் போட்டேன்.

மாது : புத்தி... வாங்கின பணம் பூரா பாத்ரூமை அலங்கரிக்கவே செலவழிச்சுட்டியா? இப்ப பணத்தை

எப்படி திருப்பி தரப் போற? Bathroomமை பேத்துத் தான் தரணும்.

சீனு : மாது, வரதட்சணை வாங்கறது சட்ட விரோதம். பேசாம கல்யாணத்துக்கு ஒத்துக்கோ. அங்க பார், இன்ஸ்பெக்டர் அம்மாவாசை கைல 'லத்தி'யோட நிக்கறார்.

அம்மாவாசை : என்ன இன்னுமா பேசி முடியலே? முகூர்த்தத்துக்கு டயமாச்சு. அதுவும் தவிர நான் அவசரமா செங்கல் பட்டு போயாகணும்.

ராமானுஜம் : எதுக்கு?

அம்மாவாசை : அங்க ஒரு ஆள் மாறாட்ட கேஸ். இவனை அவனும், அவனை இவனும் நெனைச்சு, ஏமாந் துட்டேன்னு ரெண்டு பேர் அடிச்சுண்டாங்க. நான், இவன், அவன் ரெண்டு பேரையும் நிக்கவச்சு முட்டிக்கு முட்டி பேத்துட்டேன். நீங்களே சொல்லுங்க. ஆள் மாறாட்டம் பண்றது தப்பு. அட, தெரியாம நடக்கறது சகஜம். நடந்தது தெரிஞ்சதுக்கப்பறம் ஒத்துக்கலேன்னா தப்பு இல்லையா? அதான் பேத்துட்டேன். ரத்த விளாறியாயிடுச்சு... மருந்து போட்டு ரெடி பண்ணி வக்க சொல்லியிருக்கேன். போய், பூந்து விளையாடப் போறேன். நீங்க வரீங்களா?

ராமானுஜம் : நீங்க அடிக்கறதை நாங்க எதுக்கு பாக்கணும்? வரலை...

அம்மாவாசை : அட, முகூர்த்தத்துக்கு வரீங்களான்னு கூப்பிட் டேன்.

மாது : அப்பா...

ராமானுஜம் : ஒரு நிமிஷம்... நீங்க போங்க, நாங்க வரோம்.

அம்மாவாசை : நான் ஏன் சொல்றேன்னா எனக்கு தலைக்கு மேல வேலை இருக்கு. பாருங்க பொண்ணு கல்யாணத் துக்கே Uniformல வந்துருக்கேன், ஏன்?

ராமானுஜம் : ஏன்?

அம்மாவாசை : செங்கல்பட்டு போகணும்னு சொன்னேனே! ஆள்மாறாட்டம், அங்கபோய் அவங்க ரெண்டு பேர் முட்டியையும் பேத்துட்டு நேரே மதுராந்தகம் போறேன் - ஏன்?

ராமானுஜம் : ஏன்?

அம்மாவாசை : முட்டியை பேக்கத்தான். அப்பங்காரன் வரதட்சணை வாங்கிட்டான் பையனுக்கு தெரியாம. பையன், பொண்ணை பெத்தவர் கிட்ட வரதட்சணை தாங்கறான். தரலேன்னா பொண்ணை தள்ளி வச்சுடுவேங்கறான். பெண்ணைப் பெத்தவர் Courtக்கு போறதுக்கு பதிலா, எங்கிட்ட வந்தார். அப்பன், பையன் இவங்க ரெண்டு பேரையும் நிக்க வச்சு, முட்டிக்கு முட்டி பேத்துட்டேன்.

ராமானுஜம் : அது ஏன் எப்பப் பாரு முட்டியையே பேக்கறேள்?

அம்மாவாசை : நம்ம ஜனங்களுக்கு சொன்னா புரியாது; முட்டில தான் மூளை, அதான் முட்டில தட்டினாத்தான் புத்தி வரும். வரதட்சணை வாங்கறதே தப்பு. வாங்கின வரதட்சணையை வாங்கலேன்னு சொன்னா கோபம் வருமா வராதா? மதுராந்தகம் ஏரிலே ரெண்டு பேரையும் ஓடவிட்டு துரத்தி துரத்தி முட்டியை பேத்தேன். மதுராந்தகம் போயிட்டு விழுப்புரம் போகணும், ஏன்?

ராமானுஜம் : நான் ஏன்னு கேட்க மாட்டேன். சீனு நீ கேப்பியா?

சீனு : வாங்க மாமா. முகூர்த்தத்துக்கு டயமாச்சு.

ராமானுஜம் : மாது! வந்துடு. தப்போ ரைட்டோ, நடந்தது நடந்து போச்சு... adjust பண்ணிக்க. மைதிலிக்கு தாலி கட்டு.

மாது : எப்படிப்பா... அவளுக்கு படிப்பு ஏழாங்கிளாஸ்... பார்வை சோடாகிளாஸ்...

சாம்பமூர்த்தி குரல் : சோடா பாட்டில் கண்ணாடி போட்ட, அதுவும் உடைஞ்ச சோடா பாட்டில் கண்ணாடிபோட்ட, ரெண்டும் ரெண்டும் எவ்வளவுனு கூட தெரியாத ஒரு ரெண்டாங்கெட்டானை கட்டிண்டு ஆயுசு பூரா, அல்லாடப் போற. இது சத்தியம். இது நடக்கலே, சாம்பமூர்த்திங்கற எம் பேரை மாத்தி வச்சுக்கறேன்.

ராமானுஜம் : (வந்து) மாது என்ன பண்ற?

மாது : மலரும் நினைவுகள்.

ராமானுஜம் : வாடா, முகூர்த்தத்துக்கு எல்லாரும் ரெடி... அம்மாவாசை கெட்டி மேளம் வாசிக்க சொல்ல போயாச்சு.

மாது : அப்பா, அது கெட்டிமேளம் இல்ல, முட்டி மேளம். அப்பா சத்யமா சொல்றேன். மைதிலியோட என்னால குடும்பம் நடத்த முடியாது. நீ வேணா பாரு, கல்யாணமாயி அஞ்சே மாசத்துல Divorce வாங்கப் போறேன்.

ராமானுஜம் : பைத்தியம், உனக்காக உம் மாமனார், பிரிட்ஜ் வாங்கினார். T.V வாங்கினார். கார் வாங்கினார். இவ்வளவு வாங்கினவர் மாப்பிள்ளைக்காக Divorce வாங்க மாட்டாரா? ஆமாம், டைவர்ஸ் என்ன விலை?

மாது : ஏழாங்கிளாஸ் அப்பனோட காலம் தள்ளினேன். இனி ஏழாங்கிளாஸ் பொண்டாட்டியோட காலம் தள்ளணும். இதுக்கு நான் உனக்கே தாலி கட்டி இருக்கலாம் போ.

(மாங்கல்யம் தந்துனா... கெட்டி மேளம்)

(திரை)

காட்சி-8

மாதுவின் வீடு

(வேட்டி கட்டிக் கொண்டு, SHOE போட்டபடி, மாது வருகிறான்.

உட்கார்ந்து பேப்பர் படிக்கும் சீனு)

சீனு : ஹாய் மாது, குட் மார்னிங்.

(மாது பேசாமல் இருக்கிறான்)

சீனு : Good morning சொன்னா, திரும்ப Good morning சொல்லணும்டா.

FREE-LOOK

மாது : ஆமாம். சோடாபாட்டில கட்டிண்டதுக்கு குட் மார்னிங் ஒண்ணுதான் குறைச்சல். Very Bad morning.

சீனு : ஏண்டா அலுத்துக்கறே? என்னை கட்டிண்ட ஜானகி அலுத்துக்கிறாளா? பொறுத்துக்கலை?

மாது : சரிடா. உன்னை பொறுத்தவரை, ஜானகிக்கு வச தியா பழமொழியே இருக்கு. 'கல்லானாலும் கணவன் புல்லானாலும் புருஷங்கற' மாதிரி, நீ கல்லாதவனானாலும் கணவன். பியூனானாலும் புருஷன்... என்னால முடியலப்பா.

சீனு : சரி விடு... How was married life?

மாது : என்ன ஆங்கிலம் அமக்களப்படறது? ஜானகி கிட்ட English கத்துக்கறியா? முதியோர் கல்வியா?

சீனு : ஆமாம்.

மாது : How was married life இல்லடா - How is Married life... was போட்டா கடந்த காலம். நேத்து.

சீனு : நான் உன்னை நேத்திக்கே கேட்கணும்னு இருந் தேன், How is Married lifeனு. நீ கண்ல தென்படலை. அதான் இன்னிக்கு கேட்டேன், How was married lifeனு. அப்புறம்... அ... மாது, What is your name?

மாது : மாது, What is your nameஆ? My name is சீனு. திருப்தியா?

சீனு : நீ பொறாமையால பேசற, மாதவா... நீ வேணா பாரு, English கத்துண்டு, நான் Clerk ஆகி, Officer ஆகி, உனக்கு முன்னாடி மானேஜராகி காட்ட றேன்.

மாது : வாழ்வு... நீ ஏன் பேசமாட்டே, ஆமாம், எப்படி ஜானகி உன்னை கட்டிண்டா?

சீனு : அவளுக்கு என்னோட நியூசென்ஸ் பிடிச்சுப் போச்சு...

மாது : நியுசென்ஸ்ஸா?

சீனு : அதாண்டா... களங்கமில்லாத வெகுளித்தனம்.

மாது : பீடை. அது நியூசென்ஸ் இல்லடா, Innocence.

இந்த Englishஐ வச்சுண்டு, நீ Clerk ஆயி, ஆபீஸராயி, மானேஜராகப் போற...! இருக்கற Peon வேலையும் போயிடப் போவுது. பேசாம கேளுடா.

சீனு : O.k. Be violentங்கற.

மாது : Be silent டா.

சீனு : சரி மாது... என்னது வேட்டி கட்டிண்டு Shoe? தூங்கி எழுந்து வறியா? Shoe போட்டுண்டா தூங்கின?

மாது : எனக்கொரு நியூசென்ஸ் வந்து வாச்சுருக்கே! அதுக்காகத்தான். கடந்த அஞ்சு நாளா, காலங் கார்த்தால, என்னமோ பாதத்துல கிச்சுகிச்சு மூட்டறா மாதிரி ஒரு Feeling. பல்லியோ, பூச்சியோனு அலறி புடைச்சுட்டு எழுந்து பார்த்தா, இவ மைதிலி... என்னடின்னு கேட்டா, காலைல எழுந்தவுடனே புருஷங்காலை தொட்டு கும்பிட்டா, சுமங்கலியா போக சான்ஸ் ஜாஸ்தி யாம்... கல்யாணமாகி பத்து நாள் கூட ஆகலை. அதுக்குள்ள யார் முன்னாடி போறதுன்னு பேச ஆரம்பிச்சுட்டா.

சீனு : அதுக்காக?

மாது : ரெண்டு நாள் காலை மடிச்சு சப்பளாங் கூட்டிண்டு, யோகாசன Poseலாம் கூட படுத்து பாத்தேன். விடலயே? இவ, பாதத்தை தேடிப்பிடிச்சு, கும்பிட்டுட்டு போறா. அட, கும்பிடறதுதான் கும்பிடறா - தொட்டு கண்ணுல ஒத்திண்டா பரவால்லயே? பாதத்தை கண்ணு வரை சர்னு இழுத்து ஒத்திண்டு விட்டுட்டு போறா... முரட்டுத்தனமான பக்தி... காலைல எழுந்து பாத்தா, கட்டில்ல தொங்கிண்டு தூங்கிண்டுருக் கேன். அங்க எப்படி? கால தொட்டு கும்பிடற தெல்லாம் உண்டா?

சீனு : சேச்சே... ஜானகி ரொம்ப Modern.

மாது : நான் உன்னை கேட்டேண்டா - அவ காலை தொட்டு கும்புடுவியான்னு. English வேற கத்துத் தரா - குருஸ்தானம் - தப்பில்லையே?

சீனு : நீயும் உன் wifeக்கு English கத்துத் தரதுதானே? அட, நாலு எழுத்து படிச்சா, பட்டிக்காட்டுத்தனம் கொஞ்சம் போகுமில்லையா?

மாது : அட போடா, அவ போட்டுண்டுருக்கற சோடா பாட்டிலுக்கு தமிழே சரியா படிக்க வரலை. எங்கப்பன் சமையல் ரூம்ல உ. பருப்பு, ப.பருப்பு பெ.காயம்னு டப்பாவில எழுதி வச்சுருக்கார்.

சீனு : அது என்ன பெ.காயம்?

மாது : பெருங்காயம். சரினு மொதல் நாள், எல்லாம் இவளுக்கு Explain பண்ணினேன். உ.பருப்புன்னா உளுத்தம் பருப்பும்மா, ப.பருப்புன்னா பயத்தம் பருப்பும்மான்னு. அதான் தெரியுமே அதான் தெரியுமேன்னு அறிவாளில முத்துலக்ஷ்மி மாதிரி தலையை ஆட்டிட்டு நேத்து உப்பு டப்பாவில் 'உ' பெரிசாபோட்டு எங்கப்பன் 'ப்பு'ன்னு எழுதினதை உ.பருப்புன்னு படிச்சுட்டு உப்பு சாம்பார் வச்சுருக்காடா! உப்புனா கொஞ்சநஞ்ச உப்பு இல்லை - பீச்சு மாதிரி சாம்பார்ல அலை அடிக்கறது - அந்த அளவு உப்பு!

சீனு : சரிடா. எல்லாம் தன்னால போகப்போக பழகிடும்.

மாது : எது உப்பு சாம்பார் சாப்பிடறதா? சாம்பாரை விடுடா... மோர், after all மோர். இதுல தப்பு பண்ண முடியுமா? இவகிட்ட ரெண்டுநாள் முந்தி, மைதிலி வயிறு சரியா இல்லே மோர்ல பெருங்காயம் போட்டுத்தான்னேன்.

சீனு : you mean பெ.காயம்?

மாது : Englishஆ? O.K. பெ.காயம்னு Specificஆ சொன் னேன். எங்கப்பன், நான் கண்டேனா, பெ.காயம் மாதிரி வெ.காயம்னு ஒரு டப்பா வச்சுருப்பார்னு... வெங்காயம்... இது மோர்ல வெங்காயத்தை போட்டு தராடா.

சீனு : மோர்ல வெங்காயம் போட்டா நல்லது தானே? குளுமை.

மாது : நறுக்கிப் போட்டா குளுமை. முழுசா போட்டா

கொடுமை. முழு வெங்காயம் தொண்டைல மாட்டிண்டு நான் திண்டாடினேன்.

சீனு : கல்யாணமான கையோட ஏன் உங்க அப்பனை மாயவரத்துக்கு அனுப்பிச்சே?

மாது : நான் கல்யாணம் பண்ணிக்க ஒத்துண்டதே எங்கப்பன் கிட்டயிருந்து தப்பிக்கத்தான். அவர் இங்க இருந்தார். கிருஷ்ணனை சுத்தி கோபிகைகள் இருக்கற மாதிரி என்னை சுத்தி ஏழாங்கிளாஸா இருக்கும்.

(ஜானகி Entry)

ஜானகி : இங்க என்ன பண்ணிண்டுருக்கேள்? உங்களுக்காக நான், பிரஷ், Tooth Paste, ஷேவிங் செட், சோப்பு, டவல் எல்லாம் ரெடியா பாத்ரூம்ல எடுத்து வச்சிருக்கேன். போய் ஆபீஸுக்குக் கிளம்பற வழியைப் பாருங்கோ.

சீனு : இல்ல ஜானகி. மாதுவை பார்த்தேன். பேசிண்டுருந்தேன்.

ஜானகி : தோ பாருங்கோ. அவர் officer, officeக்கு லேட்டா போனா தப்பில்லை. நீங்க அப்படியில்லை... பியூன்.

மாது : போப்பா, உன்னோட English teacher கூப்பிடறாங்க. லேட்டாக்கின அப்புறம் Bathroomலயே Bench மேல நிக்க வச்சுடுவா. போப்பா, நீ போ... என்ன கைல English பேப்பர் மாதிரி இருக்கு?

சீனு : English paperரே தான்.

மாது : Positionலாம் ரொம்ப Improve ஆயிடுத்து போலருக்கு.

சீனு : பழைய சீனு இல்லடா. English பேப்பர் படிச்சு காட்டட்டுமா? ABCD தலைகீழா சொல் வேண்டா.

மாது : அதான் பேப்பரை தலைகீழா வச்சுண்டு படிக்கறியா? எலக்ஷனுக்கு நிக்க போறவங்க போட்டோ போட்டுருக்கான். உன்னால எல்லாரும் எலக்ஷனுக்கு தலை கீழா நிக்கறாங்க பாரு. சரி சரி, பேப்பரை குடு.

சீனு : இது எங்க வீட்டுதுடா... ஜானகி டெய்லி English பேப்பர் வாங்கி, என்னை படிக்க சொல்றா.

மாது : அப்ப, எனக்கு வந்த பேப்பர்?

சீனு : உனக்கு வந்த பேப்பர்லாம் உன் wife ஏற்கனவே உள்ளே எடுத்துண்டு போய் வச்சுட்டா.

ஜானகி குரல் : சீனு, your வென்னீர் is Getting Cold.

சீனு : ஏண்டா, வென்னீர் is Getting Coldங்கறா. வென்னீருக்குக் கூட ஜலதோஷம் வருமா?

மாது : லூசு... வென்னீர் ஆறிப்போறது, சட்னு வாங் கோங்கறா. அவ வாயேண்டா சீனு முண்டம்னு சொல்றதுக்குள்ள போய் தொலை. Fashion இப்ப அடிக்கடி வேகமா மாறிண்டுருக்கு.

(சீனு Exit)

மாது : English பேப்பரை வச்சிண்டு இவ என்ன பண்றா? மைதிலி பேப்பர் கொண்டா. மைதிலி பேப்பர் கொண்டா.

(மைதிலி Entry; ஒரு சின்ன பிட் பேப்பரை கொடுத்து) இந்தாங்கோன்னா...

மாது : என்னது இது?

மைதிலி : பேப்பர் கேட்டேளே?

மாது : இதுவா? காலங்கார்த்தால நான் என்ன இதை சுருட்டி காது குடையவா பேப்பர் கேட்டேன்? நிஜமா சொல்லு... உங்க கிராமத்துல ஏழாங் கிளாஸ்னா எப்படி, ஒண்ணாவது, ரெண்டாவது இதெல்லாம் உண்டு இல்லியா? இல்லை பொறந்தவுடனேயே நேரா ஏழாங் கிளாஸா? நான் கேட்டது Newspaper... தெரியாதா, செய்தி வருமேடி?

மைதிலி : செய்திகள் T.Vவில தானே வரும்?

மாது : இப்ப என்ன, டெய்லி ஷோபனா ரவியை காலங் கார்த்தால வீட்டுக்கு வந்து செய்திகள் படிச்சு காட்ட சொல்றேங்கறியா?

மைதிலி : நான் அந்த பேப்பரெல்லாம் எடுத்து உங்க Bedல வச்சுருக்கேன்.

மாது : அதுலேந்து English பேப்பரை கொண்டுவா... எல்லா பேப்பரையும் படி... உன்னால எந்த பேப்பர்ல ஒரு வார்த்தை கூட படிக்க முடியலியோ அதான் English பேப்பர்.

மைதிலி : கேலி பண்ண வேணாம். எனக்கெல்லாம் English பேப்பர் தெரியும்.

மாது : என்ன தெரியும்? பேப்பர் பேர் என்ன, சொல்லு பாப்போம்.

மைதிலி : மண்டு.

மாது : மண்டுவா? அது நீ... மண்டு இல்லடி. அது Hindu. சரி சரி, நான் போய், பல் தேச்சுட்டு, குளிச்சுட்டு வர்றேன். சோப்பு, டவல்லாம் வச்சுருக்க இல்ல?

மைதிலி : இதோ எடுத்துண்டு வர்றேன்.

மாது : ஏழாங்கிளாஸ் படிச்ச சீனு குளிக்க போயாச்சு. M.A. இன்னும் பல்கூட தேய்க்கலை. தோ பாரும்மா, புருஷன் Officeக்குக் கிளம்பற சமயத்துல, அவனுக்கு அனுசரணையா பிரஷ், பேஸ்ட், சோப்பு, டவல்லாம் எடுத்து Bathroomல வக்கணும், புரிஞ்சுதா?

மைதிலி : புரிஞ்சுது.

மாது : போய் பிரஷ் கொண்டுவா.

மைதிலி : பிரஷ் எதுக்கு?

மாது : பாத்ரூம்ல Paint அடிக்க...பல் தேய்க்கற பிரஷ்டி... பிரஷ் பாத்ததில்லையா? நீ எப்படி பல்தேய்க்கற?

மைதிலி : நான் வேப்பங்குச்சியாலதான் பல் தேய்ப்பேன், கிராமத்துல கொஞ்சநாள் படிச்சேன் இல்லையா, அந்த பழக்கம்...

மாது : படிச்சதே கொஞ்சம்தான் - ஏழாங்கிளாஸ். இதை கிராமத்துல கொஞ்சநாள், பட்டணத்துல கொஞ்சநாள்னு பிரிச்சு வேற படிச்சியாக்கும். ஜடம், ஏய் அப்படியே Pasteடையும் கொண்டு வந்துடு, வெறும் பிரஷ்ஷால பல் தேய்ச்சா, பல் கூசும்.

மைதிலி : (வந்து) இந்தாங்கோ பிரஷ்.

மாது : Paste?

மைதிலி : கொண்டு வந்துருக்கேன். இந்தாங்கோ. என்னையே ஏன் ஜடம் ஜடம்ங்கறேள்?

மாது : குடு. இது pasteஆ? இது Shaving கிரீம்டி. இதால பல் தேச்சா, வாய்ல முடிவளரும். என்ன மைதிலி, Shaving Creamஐ பார்த்ததே இல்லையா? உடனே உங்க கிராமத்துல வேப்பங்குச்சியால சீவி, முகத்தை சுரண்டி எடுத்துடுவோம்னு சொல்லாத. Madrasலே உங்கப்பனோட இருந்ததே இல்லியா? அவர் வீட்டுல Shave பண்ணி ஒருநாள் கூட பார்த்தது கிடையாதா?

மைதிலி : எங்கப்பா, பலூனுக்கு போய்தான் Shave பண்ணிப்பார்.

மாது : பலூனுக்கா? அது சலூண்டி... பலூனுக்கு Shave பண்ணா வெடிச்சுடும்.

மைதிலி : ஏன் என்னை இப்படி கரிச்சுக் கொட்டறீங்க?

மாது : நீ மட்டும் உப்பு சாம்பார் வச்சு எனக்கு கரிச்சுக் கொட்டலாம். நான் உன்னை கரிச்சுக் கொட்டக் கூடாதா? உப்பு சாம்பார் மாதிரி இன்றைய Special என்ன மொளகாய் பாயசமா?

மைதிலி : நீங்க இந்த மாதிரிலாம் என்னை ஜடம் தத்தினு வாய்க்கு வாய் சொல்லிண்டுருந்தேள், அப்புறம் நான்...

மாது : அப்புறம் என்ன நீ கோவிச்சுண்டு, உங்க அப்பன் வீட்டுக்குப் போயிடுவே, அதானே? மைதிலி நீ ஆசைப்படற 1 - 2 வருஷம் கழிச்சு திரும்பி வந்துடு. ம்... எப்ப போற? இப்பவேவா, இல்லை சாயங்காலமா?

மைதிலி : நான் அப்படி சொல்ல வரல... நீங்க அந்த மாதிரி தத்தி, ஜடம்னு கோவிச்சுண்டேள், அப்புறம் நானும் உங்களை பதிலுக்கு தத்தி, ஜடம்னு சொல்லுவேன்.

மாது : நீ ஏழாங்கிளாஸ் படிச்ச எமகாதகி. அப்ப அப்பா வீட்டுக்கு போறதா இல்லே?

மைதிலி : நான் எதுக்கு போகணும்? அதான் அப்பாவே இங்க வந்தாச்சே.

மாது : என்ன... அப்பாவே வந்தாச்சா?

மைதிலி : ராத்திரி வந்தார்.

மாது : ராத்திரி திருடன்தானே வருவான். அய்யோ எங்கப்பாவை இப்போ தான் Pack பண்ணி மாய வரம் அனுப்பிச்சேன். உங்கப்பன் வந்தாச்சா? எங்க?

மைதிலி : உள்ள இருக்கார். கூப்பிடவா?

மாது : வேணாம்டி... சும்மா கேட்டேன். சரி, நான் போய் குளிச்சுட்டு வர்றேன். வென்னீர் போட்டுருக்கியா?

மைதிலி : போட்டாச்சு.

(மைதிலி போக, அப்பாதுரை Entry)

அப்பாதுரை : (மாதுவிடம்) என்ன மைதிலி, மாப்பிள்ளை உன்னை சௌக்கியமா வச்சுருக்காரா?

மாது : கண்ணாடி போடுங்க சார். நான் உங்க பொண்ணு இல்லை, மாப்பிள்ளை.

அப்பாதுரை : அடடே மாப்பிள்ளை, வீட்டுல தனியா இருக்க போரடிச்சுது. சரினு வந்துட்டேன். ஆமாம், எதான விசேஷம் உண்டா?

மாது : கல்யாணமாகி ஒரு மாசங்கூட ஆகலே. அதுக் குள்ள விசேஷமா?

அப்பாதுரை : சரி. நீங்க ஆபீஸ் போயிருப்பேள். உங்களோட பேச முடியாதுன்னு நெனைச்சேன். இன்னும் போகலையா?

மாது : நான் இன்னும் குளிக்கவே இல்லை சார். மைதிலி வென்னீர் போட்டு வச்சிருக்கா... குளிச்சுட்டு வரேன்.

அப்பாதுரை : அடடா, அது உங்களுக்கு போட்ட வென்னீரா? நான் நீங்க ஆபீஸுக்கு போயிட்டதா நெனைச்சு அதுல நான் குளிச்சுட்டேனே!

மாது : எதான ஒரு காரியம் எவ்வளவு முயற்சி பண்ணி யும், அவனுக்கு நடக்கலேன்னா, அவனுக்கும் அதுக்கும் ஸ்நானப்பிராப்தி கூட கிடையாதும்பா. எனக்கு குளிக்கறதுக்கே ஸ்நானப்பிராப்தி கிடை யாது போலிருக்கு!

(திரை)

காட்சி -9

மாதுவின் வீடு

சீனு : (வந்து) என்னடா மாது! ஞாயித்துக்கிழமை எல்லாம் கூட ஆபீஸ் போக ஆரம்பிச்சுட்ட?

மாது : ஏதோ இந்த மட்டும் டெய்லி ஆபீஸ் விட்டவுடனே வீட்டுக்கு வரனே! நீ வேணா பாரு, இந்த மைதிலி ஜடம் இப்படியே இருந்தது, அடுத்த மாசத்துலேந்து officeலேயே பர்மனென்ட்டா குடியிருந்தாலும் ஆச்சர்யப்படறதுக்கு இல்லை. ஜடம், ஜடம்...

ஜானகி : ஏன் மாது Wifeஐ போய் ஜடங்கறேள்?

மாது : அவ அடிக்கற லூட்டி சகிக்கலம்மா. கல்யாணத் துக்கு முன்னால எங்கப்பனால கஷ்டப்பட்டேன். இப்ப இவளால அல்லாடறேன். இவளை பாத்தா, என் கண்ணுக்கு கட்டிண்ட பொண் டாட்டியாவே தெரியலை. மாயவரம் போன எங்கப்பன் புடவை கட்டிண்டு மாறுவேஷத்துல வந்து பழி வாங்கறா மாதிரி இருக்கு.

சீனு : Adjust பண்ணிக்க. மனைவி அமைவதெல்லாம் இறைவன் கொடுத்த வரம்.

மாது : மத்தவங்களுக்கு வேணா, இறைவன் கொடுத்த வரமா இருக்கலாம். எனக்கு சாம்பமூர்த்தி கொடுத்த சாபம்.

ஜானகி : என்ன, கைல Pantடோட அலையறேள்?

மாது : இது என்னோட ராசியான Pant. பின்பக்கம் உக்கார்ற எடத்துல கிழிஞ்சிருக்குடி, தெச்சுவைனா தெக்காம அப்படியே இஸ்திரி போட்டு வச்சுருக்கா... இத போட்டுண்டு அப்படியே ஆபீஸ் போயிட்டேன். அவனவன் வாய பொத் திண்டு சிரிக்கிறான், என்ன சார் post Boxனு.

சீனு : கிழிஞ்சது அவளுக்கு தெரியுமோ?

மாது : கிழிஞ்சதே அவளாலதாண்டா. நேத்து ராத்திரி சாப்பிடறச்சே, டைனிங் டேபிள் Chairல உக்காரப்

போனேன். இவ கண்ணாடி போட்டுக்காம, இருங்கோ Chairஐ போடறேன்னு, உட்காரப் போன Chairஐ இழுத்துட்டாடா; pant கிழிஞ்சு தரையில உட்கார்ந்தேன்.

சீனு : Pant கிழிஞ்சதை விடு. அடிகிடி படலையே?

மாது : லேசா தலைல அடி.

சீனு : தரையில உக்காண்டதுக்கு தலைல எப்படி அடி?

மாது : நான் கீழ இருக்கிறது தெரியாம தத்தி, என் தலைல Chairஐ போட்டுட்டு, என்னை காணும்னு தேடறா.

சீனு : அப்புறம்...

மாது : சோடா பாட்டில் No.2 மாமனார் வந்தது. என்ன மைதிலி மாப்பிள்ளைய காணுமா? அவர் வரதுக்குள்ள எனக்கு சோத்தை போடுன்னு. என் தலைல இருந்த Chairல உட்கார போனார். நல்லவேளை நான் அதுக்குள்ள Chairரோட எழுந்தேன். ரெண்டும் வெலவெலத்து போயிடுத்துங்க, என்னடா Chair மட்டும் தானா எழுந்துக்கற துன்னு...

ஜானகி : நீங்க வேணா கொடுங்க, நான் தச்சு தரேன்.

மாது : உன் பிரண்டுக்காக வக்காலத்து வாங்கறியா? O.k friendக்காக கிழிஞ்ச Pantஐ தச்சு கொடுத்துடுவே - இதெல்லாம் தச்சு தர முடியுமா?

சீனு : என்னடாது? லெட்டர் மாதிரி இருக்கு.

மாது : Head officeலேந்து எனக்கு வந்த லெட்டர். உன் friend சோடா பாட்டில் மைதிலி சுக்கு நூறா கிழிச்சிருக்கா. எப்படி இதையும் தச்சு தர முடியுமா?

சீனு : லெட்டரை ஏன் கிழிச்சா?

மாது : ஒருநாள் எனக்கு இது மாதிரி லெட்டர் வந்தது. நான் பிஸியா இருந்தேன். மைதிலி கவர்லேந்து, லெட்டரை எப்படி எடுக்கறதுன்னு ஒருநாள் பூரா யோசிச்சுருக்காடா. கூப்பிட்டு சொன்னேன். தத்தி, இனிமே கவர்ல லெட்டர் வந்தா ஓரமா பாத்து கிழின்னேன். நான் கவர் ஓரமா பாத்து கிழிச்சு லெட்டரை எடுக்க சொன்னா, இது கவ

ரோடு லெட்டரை சேத்து தேடி, அந்த ஓரமா பாத்து, நின்னுண்டு சவகாசமா சுக்குநூறா கிழிச்சிருக்கா ஜடம்.

ஜானகி : ஏண்டி மைதிலி, அவர் Pant கிழிஞ்சிருக்கு, தக்க சொன்னாராம். நீயேன் தக்கலை?

மைதிலி : என்னன்னா பொய் சொல்றேள்? நீங்க அப்படியா சொன்னேள்?

மாது : பின்ன?

மைதிலி : pantஐ என் கைல கொடுத்து, உக்கார்ற இடத்துல கிழிஞ்சுருக்கு, தச்சுடுனேள்.

மாது : தக்க வேண்டியதுதானே?

மைதிலி : நீங்க எங்கல்லாம் உட்காருவேள்னு எனக்கெப்படி தெரியும்? வீட்டு சோபால உக்காருவேள். தச்சுருக் கேன். Scooterல சீட்லே உக்காருவேள். தச்சுருக் கேன்.

மாது : ஆபீஸ்ல Chairல உட்காருவேன், வந்து தை. காண்டீன்ல Stoolல உட்காருவேன், வந்து தை. Parkல புல்லுல உட்காருவேன், போய் தச் சுட்டுவா. ஜடம், ஜடம், pantடோட பின்பக்கம் தானே உக்கார்ற இடம். இது கூட ஒத்திக்கு தெரியாதா?

மைதிலி : நீங்க புரியறா மாதிரி சொல்ல வேணாமா?

மாது : சரிடி, pantஐ பாத்ததே இல்லை. பின்பக்கம் உண்டியலாட்டம் கிழிஞ்சிருக்கே. கண்ணுக்கு தெரியலே, அப்படியேவா ஒத்தன் போட்டுண்டு போவான்? தத்தி தத்தி...

மைதிலி : ஏன் இப்படி நாலுபேரை வச்சிண்டு திட்டறேள்? Pantஐ தக்கணும், அவ்வளவு தானே? கொடுங் கோ... ஆபீஸ் போறதுக்குள்ள தச்சு தரேன்.

மாது : வாழ்ந்த. நீ ஊசில நூல் கோக்கறதுக்குள்ள, உலகமே அழிஞ்சுடும்... இந்தா.

மைதிலி : இங்க வேற கிழிஞ்சு ஓட்டையாயிருக்கே, இதை யும் தச்சுடட்டுமா?

மாது : அய்யோ, அது பாக்கெட் ஓட்டைடி. மொத்தமா தச்சு, வெள்ளை pantஐ வேஷ்டி ஆக்கிடாதே.

சீனு : நீ போம்மா. ஏண்டா, நீ ஆபீஸ் போறச்சே, என்னையும் drop பண்ணிடு.

மாது : ஞாயித்துக்கிழமை நீ ஏன் ஆபீஸுக்கு... officer எனக்குத்தான் தலையெழுத்து... peonக்குக் கூடவா?

சீனு : நான் இனிமே peon இல்லடா, இன்னிக்கு 11 மணிக்கு Clerk Exam நடக்குது. அதுல பாஸ் பண்ணிட்டேன், அய்யாClerk. அப்படியே ஆபீஸராகி, மானேஜராகி - எல்லாம் ஜானகியாலதான்.

மாது : போறும்டா. ஆனா மணி 9.30 தானே ஆறது? நான் T.Vல மகாபாரதம் பாத்துட்டு வரேன். Wait பண்ணு. ஒண்ணா Scooterல போவோம்.

ஜானகி : மைதிலி, ஏன் இப்படி நடந்துக்கற? அனாவசியமா திட்டுவாங்கற?

மைதிலி : வேற எப்படி நடந்துக்கணும்கற? அவர் சொல்றது எதுவும் எனக்கு புரியலே. ஆனா, ஒண்ணுமட்டும் நல்லா புரியறது. இவருக்கு என்னை புடிக்கலை. யார் கேட்டா, இந்த மாதிரி ஒரு கல்யாணத்தை? பேசாம அப்பாவோடயே ஆயுசு பூரா இருந்துருப்பேன்.

ஜானகி : மைதிலி.

மைதிலி : பின்ன என்ன? எல்லார்க்கும் எல்லாம் தெரிஞ்சுருந்துதுனா அப்புறம் என்ன புருஷன், பொண்டாட்டி, புள்ளை குட்டி? தனித்தனியாவே இருந்துடலாமே? எனக்கு English தெரியலேன்னா என்னை ஜடம்ங்கறார். இப்ப ஓடறாரே மகாபாரதம் பார்க்க. சுத்தமா ஒரு வார்த்தை ஹிந்தி தெரியாது. ஹிந்தியை விடு, மகாபாரதமே தெரியாது. பாதி கதை ஏழாம் கிளாஸ் நான்தான் இவருக்கு சொல்வேன். ஹிந்தியும் தெரியாது. மகாபாரத குந்தியும் தெரியாது.

ஜானகி : கத்தாத, அவர் காதுல விழப்போகுது. எங்க போற?

மைதிலி : மொட்டை மாடில துணி உலர்த்தி இருக்கேன். ஜட்டி, பனியன், புடவை, ரவிக்கை எல்லாம் எடுத்துண்டு வந்துடறேன்.

ஜானகி : நானே கேக்கணும்னு இருந்தேன். என்ன மைதிலி, துணியெல்லாம் கொண்டுபோய், ஆண்ட்டனா மேல உலர்த்தி இருக்கீயே, சட்னு போ... ஆண்ட்டனால துணி உலர்த்தினா T.V தெரியாது. அதுக்கு வேற உம் புருஷன் கத்தப் போறார்.

(ஜானகி Exit)

மாது : (வந்து) சீனு... சீனு...

சீனு : என்னடா...

மாது : என்னடாது ஆச்சர்யமாயிருக்கு? T.Vல மகா பாரதம் பாக்கலாம்னு வச்சா, டவல், வேஷ்டி, ஜட்டி, பனியன்லாம் தெரியுதுடா.

சீனு : T.Vல ஜட்டி, பனியன் தெரியுதா? ஒரு வேளை இந்த வயலும் வாழ்வும் மாதிரி ஜட்டியும் பனி யனும் எதான புது நிகழ்ச்சி ஆரம்பிச்சு இருக் காங்களா? சானலை மாத்திப் பாத்தியா?

மாது : Second சானலை போட்டேன். ஜட்டி, பனியன் மறைஞ்சு ஒரு Pant, shirt, ரெண்டு ரவிக்கை தெரியுது. Tailor எவனான Sponsor பண்ணி யிருப்பானா மகாபாரதத்தை?

சீனு : மகாபாரதத்துல எப்படி, ஜட்டி, பனியன்?

(மைதிலி Entry with துணிகள்)

மாது : மைதிலி, நம்ம வீட்டு T.V.ல ஒரே துணியா தெரியுது... இங்கவா. இப்படி எங்க போயிட்டு வரே...

மைதிலி : மொட்டை மாடியில துணி உலர்த்தி இருந்தேன். எடுத்துண்டு வரேன்.

மாது : எதுல உலர்த்தினே?

மைதிலி : அங்க ஒரு அண்ணா இருக்கே - அந்த அண்ணா பேர்லதான் உலத்தினேன்.

மாது : அண்ணாவா।

மைதிலி : அதாண்ணா...

மாது : அதாண்ணாவா? என்னடி அண்ணாங்கற, அதாண்ணாங்கற? தத்தி... சொல்லு...

மைதிலி : அதான் T.V அண்ணா...

மாது : T.V அண்ணாவா? எனக்கு தெரிஞ்சு ரேடியோ அண்ணாதான் உண்டு. ஐடம், அதுபேர் ஆன்ட்டனா. ஏண்டி ஆன்ட்டனா மேல துணி உலத்தறியே, மூளையில்லை?

மைதிலி : சாரி... தெரியாம.

மாது : என்ன தெரியாம, இஸ்திரி போட்ட துணிய T.V மேல வக்கற? தோச்ச துணியை ஆன்ட்டனால உலத்தற? இந்த Pantஐ எங்க தக்க போற. T.V டவர் மேல நின்னுண்டா? ஏண்டி... ஏண்டி... ஏண்டி...

மைதிலி : நீங்க ஆபீஸ் போகலை?

மாது : Office என்ன? மொத்தமா போயிடறேன். காபி தரேன்னீயே... (இருவரும் Exit)

(அப்பாதுரை Entry)

சீனு : எங்க சார் போயிட்டு வர்றீங்க?

அப்பாதுரை : பக்கத்து வீட்டுக்குப் போயிருந்தேன். அப்படியே T.Vல மகாபாரதம் பாத்தேன்.

சீனு : ஜட்டி, பனியன்லாம் தெரியலையே?

அப்பாதுரை : இன்னிக்கு நல்ல சீன். கிருஷ்ணர், பஞ்ச பாண்டவர்களுக்காக தூது போனார். ராஸ்கல் இந்த துரியோதனன் பஞ்ச பாண்டவர்களுக்கு ஒரு முழம் துணி கூட தரமாட்டேன்னுட்டான்னா பாரேன்.

சீனு : பக்கத்து வீட்டு T.Vல அப்படி. நம்ம வீட்டு T.Vல ஒரு முழ துணி என்ன - பனியன், வேட்டி, ஷர்ட்னு ஒரு துணிக்கடையையே துரியோதனன் கொடுத்தான்.

அப்பாதுரை : என்ன சொல்றே?

மாது குரல் : காபி போட்டச்சா?

மைதிலி : தோ ஒரு நிமிஷம்.

மாது : ஒரு காபி போட இவ்வளவு நேரமா?

மைதிலி : அவசரப்படுத்தறேளே, இந்தாங்கோ, காபி போட்டாச்சு... (க்ளிங் டம்ளர் சத்தம்)

(மாது வெளியே வருகிறான்)

மாது : ஜடம்... ஜடம்... பீடை...

சீனு : என்னடா?

மாது : ஓய், உம்ம பொண்ணுக்கு காபி போட தெரியாதுன்னு நெனைச்சேன். சும்மா சொல்லக் கூடாது. பிரமாதமா குறிபாத்து போடறா. மக்கு. போட்ட காபியை எம்மேல போட்டுட்டாடா சீனு...

மைதிலி : மன்னிச்சுக்கோங்கன்னா...

மாது : பேசாம இருடி!

சீனு : Shirtல கொட்டிடுத்து போலருக்கு.

மாது : கொட்டிட்டாடா சீனு! உன் wife ஜானகியால காக்கி போட்ட நீ Clerk ஆகப்போற... என்னோட ஜடம் officer என்னை காக்கி ஆக்கிட்டாடா!

(திரை)

காட்சி -10

மாதுவின் வீடு

(மாது, கட்டு FILEகளோடு நுழைகிறான்)

மாது : ஹாய் சீனு!

ஜானகி : சொல்லுங்க. அட சும்மா சொல்லுங்க... என்ன வெட்கம்...

மாது : என்னடா?

சீனு : மாது, இந்தாடா சாக்லேட்...

மாது : Congratulations. அதான் வெக்கமா? எத்தனை மாசம்?

சீனு : டேய், அதெல்லாம் இல்லடா...

ஜானகி : சொல்லித் தொலைங்களேன்.

சீனு : நான் Clerk ஆயிட்டேன்.

மாது : Clerk ஆயிட்டியா? நான், வெக்கப்படறத பாத்து அப்பாவாயிட்டியோன்னு நெனைச்சேன். Very good, by the by இந்த month endல நானும் மானேஜராயிடுவேன். எனக்கும் இன்னொருத்த ருக்கும் போட்டி, தோ பாத்தியா. Project reports. இதெ இன்னிக்கு General Body meetingல submit பண்ணேன். அந்த ஆள் குளோஸ்; என் Lifeஏ இந்த Fileலதான் இருக்கு.

(டேபிளில் வைக்க)

சீனு : பத்திரம்டா.

மாது : மைதிலி, வென்னீர் போடுடி... நான் குளிச்சுட்டு ஆபீஸ் போகணும்.

மைதிலி குரல் : என்ன இப்பதான் ஆபீஸ்லேந்து வரேள்? மறுபடி ஆபீஸா? அபீஸ் மாத்திட்டேளா?

மாது : எனக்கு மீட்டிங் இருக்குடி, வென்னீர் போடு.

மைதிலி குரல் : மீட்டிங்கா? எந்த கட்சி மீட்டிங்?

மாது : சர்வ கட்சி மீட்டிங் போட்டு பேசப்போறா, மைதிலி ஜடமா, தத்தியான்னு முடிவு பண்ண... வென்னீர் போடுடி.

(Exit)

(மைதிலி வர, ராமானுஜம் Entry)

மைதிலி : அப்பா, Officeலேந்து இப்ப தான் வந்தார். மறுபடி ஆபீஸ் போப் போறேங்கறார். மீட்டிங்கறார். வென்னீர் போடுங்கறார். என்னவா இருக்கும்?

அப்பாதுரை : என்னவா இருந்தா உனக்கென்ன? சொன்னா புரிஞ்சுடும் பாரு. மாப்பிள்ளை சொன்னதை கேளு. போய் வென்னீர் போடு.

மைதிலி : விறகு இல்லாம எனக்கு வென்னீர் போடத் தெரியாது. இன்னிக்குன்னு பாத்து துளி விறகு இல்லை. இப்ப அடுப்பு பத்த வைக்க என்ன பண்றது?

அப்பாதுரை : விறகை விட்டா, அடுப்பு பத்தவைக்க வேற வழியே கிடையாதா? மூளையை கொஞ்சம் பயன்படுத்தணும்... ம்... இந்தா போட்டு கொளுத்து...

(Files கொடுத்து)

மைதிலி : என்னது இது?

அப்பா : *(ஒரு பக்கம் பிரித்து)* As per the telephonic Conversation you had with our General Manager - அதான் டெலிபோன்ல பேசியாச்சே. இதை Type பண்ணி வேற வக்கணுமா? பழைய தஸ்தாவேஜுகள்... போய் அடுப்புல போடு.

மைதிலி : ஒண்ணும் ஆகாதே?

அப்பாதுரை : போடி... மாப்பிள்ளை வந்துடப்போறார்.

(Exit)

(மாது, சீனு Entry)

மாது : டேய் சீனு, இங்க இருந்த Files எங்கடா?

சீனு : இரேண்டா... ஏன் கத்தறே? மைதிலி எடுத்து பத்திரமா உள்ள வச்சுருப்போ.

மாது : மைதிலி... மைதிலி...

மைதிலி : கொஞ்சம் wait பண்ணுங்கோ. வென்னீர் இப்ப தான் சுட ஆரம்பிச்சிருக்கு.

மாது : இங்க இருந்த Files எங்க?

மைதிலி : Filesனா அப்பா டாக்டர் கிட்ட போவாரே, அதுவா?

மாது : அது Pilesடி... Files - பேப்பர் கட்டு இருந்ததே.

மைதிலி : அது...

மாது : உள்ள வச்சியா?

மைதிலி : ம்...

மாது : போய் எடுத்துண்டு வா.

மைதிலி : இப்ப எடுக்க முடியாது.

மாது : ஏன்?

மைதிலி : சுடும்.

மாது : சுடுமா? என்னடா சொல்றா?

ஜானகி : மைதிலி, உள்ளனா எதுக்குள்ள வச்சம்மா?

மைதிலி : அடுப்புக்குள்ள.

மாது : அடுப்புக்குள்ள வச்சுட்டியா?

மைதிலி : நீங்க வென்னீர் கேட்டேள்... பத்த வைக்க விறகு இல்லை, அதான்...

மாது : அடிப்பாவி, பத்துமாசம் குழந்தையாட்டம் ஆபீஸுக்கு சுமந்த Filesக்கு கொள்ளி வச்சுட்டியேடி...

ஜானகி : என்ன மைதிலி, டேபிள்ல வச்சிருந்த Filesஐ கேட்காம இப்படி ஒத்தி அடுப்புல போடுவாளோ?

மைதிலி : இதுக்கு முன்னாடி எவ்வளவோ தடவை இது மாதிரி இவர் வச்ச Filesஐ அடுப்புல போட்டுருக்கேன். அப்பல்லாம் ஒண்ணுமே சொன்னதில்லை.

மாது : ஜடம், தத்தினா உன் friendக்கு Support பண்ணியே, இப்ப பாரு. நான் டேபிள்ல வச்சிருந்த FILESஐ தூக்கி அடுப்புல போட்டிருக்கா. அது நான் மானேஜராக வச்சுருந்தது. ஜானகி, சாரிம்மா, இதுக்கு மேல என்னால பொறுக்கமுடியாது.

ஜானகி : மாது...

மாது : Please என்னை தடுக்காதீங்க. இந்த பூனையை மடில கட்டிண்டு என்னால இனி சகுனம் பார்க்க முடியாது. For Every Successful Man there is a Woman behindம்பா. Successக்கு மட்டும் இல்ல. Every for failure there is a Woman behind போலிருக்கு.

மைதிலி : என்ன சொல்றேள்?

மாது : ஜானகியால சீனு Clerk ஆயி ஆபீஸராகி, மானேஜராயிடுவானா இல்லையான்னு தெரியாது. But சத்யமா உன்னால நான் Clerk ஆயி, Peon ஆயி Watchman ஆயிடுவேன்... போயிடும்மா...

அப்பாதுரை : மாப்பிள்ளை, தப்பு அவ பேர்ல இல்லை. நான் தான் இந்த Filesஐ போடச் சொன்னேன்.

மாது : உண்மையை ஒத்துண்டதுக்கு Thanks. மைதிலி, போய் பொட்டிய எடுத்துண்டு வா.

மைதிலி : எந்த பெட்டி? அப்பா உங்களுக்கு வரதட்சணையா கொடுத்த Suit Caseஸா?

மாது : கண்ணு இருக்கோ இல்லையோ, குத்தி காட்ட வாய் இருக்கு...

அப்பாதுரை : மாப்பிள்ளை...

மாது : தந்துடறேன்யா. நீ கொடுத்த வரதட்சணைக்கு பரிகாரமா உம் பொண்ணு கழுத்துல தாலி கட்டி அஞ்சு மாசம் குடுத்தனம் நடத்திப் பாத்தாச்சு. அப்ப ஒண்ணும் பண்ண முடியலே. என் கைக்கு கட்டு போட்டு எனக்கு கால் கட்டும் போட்டாச்சு. இப்ப சொல்றேன், என்னால முடியல. மைதிலி, பெட்டியோட அப்பா வீட்டுக்கு போயிடு. அப்பாவே இங்கதான் இருக்காரா, போற வழிக்கு துணையுமிருக்கு. சார், உங்க பொண்ணை அழைச்சுண்டு உங்க வீட்டுக்கு போங்க.

மைதிலி : ஏன்னா, என்னை தள்ளி வக்கறேளா?

மாது : என்னை மன்னிச்சுடு. ஆமாம் மைதிலி, எனக்கும் உனக்கும் பொருத்தம் இல்லாட்டிக்கூட பரவால்லே. நான் பொறுத்துப்பேன். குறைந்த பட்ச வித்யாசமே கோடி இருக்கு. மைதிலி, என்னை மன்னிச்சுடும்மா.

மைதிலி : 1000 தடவை இப்ப மைதிலி, மைதிலினு சொல்லி வெளில அனுப்பறேள். இதுக்கு ஜடம், தத்தினு சொல்லி வீட்டுல வச்சுக்கோங்கன்னா.

சீனு : மாது, என்னடா இதெல்லாம்?

மாது : சீனு yes. நான் Divorce வாங்கப் போறேன்.

சீனு : பைத்தியம். இதுக்காக தள்ளி வப்பாளா? உனக்காக உன் மாமனார் T.V.வாங்கினார், பிரிட்ஜ் வாங்கினார், ஒரு Divorce வாங்க மாட்டாரா?

மாது : மைதிலி... நீ போகலாம்.

மைதிலி : தள்ளி வக்கவா எனக்கு தாலி கட்டினேள்। ஏன் இப்படி ஆசைகாட்டி மோசம் பண்ணறேள்? நான் M.A வேணும்னா கேட்டேன்? அன்னிக்கு டாக்டர் கிளினிக்ல மைதிலிய கட்டிக்கறேன்னு எங்க அப்பாகிட்ட சொன்னது நீங்கதானே?

மாது : அது நடந்து முடிஞ்ச தப்பு. அதை பத்தி இப்ப பேசாதே.

மைதிலி : யார் பண்ண தப்பு? நீங்க பண்ண தப்பு. அதை பத்தி நீங்கதான் பேசக்கூடாது. நானும் பேச வேணாம்னுதான் பாத்தேன். பேசவக்கறேள்.

ஜானகி : மைதிலி நீ போ, அப்பா நீங்களும் போங்க.

மைதிலி : நான் ஏண்டி போகணும்? அப்பா வேணா போகட்டும்.

ஜானகி : எங்க Portionக்கு போங்களேன்.

மாது : ஜானகி, அது...

ஜானகி : தெரியும். உங்களோட வீடு... நாளைலேந்து வாடகை மாசம் பொறந்தா வந்துடும்.

மாது : ஏய் சீனு, என்னடா இதெல்லாம்?

சீனு : (உரக்க) ஜானகி. (அவ முறைக்க) சரி, எவ்வளவுடா வாடகை.

மாது : துரோகி. தோ பார் மைதிலி, இந்த மாதிரி அழுது இங்கேயே இருந்து ஆகாத்யம் பண்ணி சேந்து டலாம்னு பாக்காத. நான் முடிவு பண்ணினா, பண்ணினதுதான்.

அப்பாதுரை : மாப்பிள்ளை.

மாது : யோவ்... எகிராதய்யா... உன்னையா Divorce பண்ணப் போறேன்னேன்? உம்ம பொண்ணைத்தானே...?

மைதிலி : இப்ப சொல்றேன் கேட்டுக்குங்க. ஆனானப்பட்ட ராமனே சீதையை தள்ளி வச்சுட்டு அல்லாடினார். After all M.A என்னை தள்ளி வச்சுட்டேள் இல்ல. இப்ப சொல்றேன். கேட்டுக்கோங்க. நீங்க தள்ளி வச்ச இதே சோடா பாட்டில் போட்ட, இதே ரெண்டும் ரெண்டும் எவ்வளவுனு தெரியாத ரெண்டுங்கெட்டானை, ஜடம் மைதிலியை சேத்துக்க நீங்க நாயா அலையப் போறேள். அதை எல்லாரும் பாக்கத்தான் போறீங்க. இது சாபம் இல்ல, சபதம்.

மாது : போடி, மனசுல பெரிய சாம்பமூர்த்தினு நெனைப்பு.

(திரை)

காட்சி - 11

சாம்பமூர்த்தி வீடு

(மாதுவும் சீனுவும் Entry)

சீனு : மாது, நீ சொன்ன டைவோர்ஸ் வாங்கித் தர வக்கீல் வீடு இதானா?

மாது : நானே வக்கீலை பார்த்தது கிடையாது. எங்க ஆபீஸ் friendக்கு தெரிஞ்ச வக்கீலாம். But ரொம்ப புத்தியாலியானவராம். சொன்னா நம்ப மாட்டே. என் office friend தன்னோட ஒரே wifeஐ மூணு தடவை கல்யாணம் பண்ணிண்டு இவர் மூல்யமா நாலு தடவை டைவர்ஸ் வாங்கியிருக்காருன்னா பாத்துக்கோயேன்.

சீனு : அதெப்படி மூணு தடவை கல்யாணம். நாலு தடவை டைவர்ஸ். மூணு தடவை தானே டைவோர்ஸ் வரும்.

மாது : இவர் மூலமா மூணு தடவை டைவோர்ஸ் வாங்கினா இவராவே இலவசமா Extra ஒரு டை வோர்ஸ் எதுக்கும் இருக்கட்டுமேனு வாங்கி தருவாராம். இந்த சோப்பு மூணு வாங்கினா ஒரு Spoon தரதில்லையா - அது மாதிரி.

சீனு : வக்கீல் பேர் என்ன?

மாது : தெரியாது.

சீனு : வாசல்லயும் பேர் காணும்.

மாது : பேர்போன வக்கீலா இருக்கலாம். ஏண்டா பிராணனை வாங்கறே?

சீனு : So, அப்ப நீ வக்கீல் மூலமா டைவோர்ஸ் வாங்கறதா முடிவு பண்ணிட்ட.

மாது : Yes.

சீனு : மாது! நீ பண்ண தப்பு என்ன தெரியுமா? மைதிலியை Honeymoon அழைச்சுண்டு போகாதது. அவளோட Honeymoonக்கு போய் இருந்தா, உங்களுக்குள்ள ஒரு understanding

வந்துருக்கும். இப்படி டைவோர்ஸ் வரை போயிருக்காது.

மாது : மைதிலியை அழைச்சிண்டு போனா, அது Honeymoon இல்ல - சனிமூன். அவளைப்பத்தி பேசாதடா!

சீனு : நான் சொன்னா, உனக்கு புரியாது. கல்யாணத்துக்கு பிந்தி தான் போகலே. Atleast டைவோர்ஸ் வாங்கின கையோடயான மொத காரியமா மைதிலியை அழைச்சுண்டு Honeymoon போயிட்டு வாடா.

மாது : சொல்லாதடா. போய் அந்த phoneல பேசி, கேளு, வக்கீல் இருக்காரான்னு.

சீனு : அவர் வீட்டுக்குள்ளயே அவருக்கு எப்படி போன் பண்ணறது?

மாது : அது Intercomடா.

சீனு : Intercomம்னா B.com மாதிரி படிப்பா?(போய் போனை எடுத்து) ஹலோ.

குரல் : ஹலோ.

சீனு : நான் சீனு பேசறேன். வக்கீல் இருக்காரா?

குரல் : நான்தான் Lawyer பேசறேன்.

சீனு : மாது, வக்கீல் இல்ல போல இருக்கு... யாரோ லாயர் பேசறாராம்.

மாது : வக்கீல், லாயர் ரெண்டும் ஒண்ணுதாண்டா. Phoneனை குடுடா. சார், நான் மாது பேசறேன். டைவோர்ஸ் சம்பந்தமா உங்களை பாக்க வந்தது நான்தான் சார். என் wife கிட்ட இருந்து டைவோர்ஸ் எப்படியான நீங்கதான் சார் வாங்கி தரணும். பயங்கரமான சோடா பாட்டில். ரெண்டும் ரெண்டும் எவ்வளவுனு தெரியாத ரெண்டுங் கெட்டான். ஜடம்... தத்தி...சார்.

குரல் : So, அப்ப, சாம்பமூர்த்தி கொடுத்த சாபம் பலிச்சுடுச்சு.

மாது : ஆமாம் சார். (Reactions) சார், சாம்பமூர்த்தி சாபம் உங்களுக்கு எப்படி தெரியும்? அப்ப நீங்க?

சாம்பமூர்த்தி : ஒரு நிமிஷம் இரு, வரேன்.

(சாம்பமூர்த்தி Entry)

சாம்பமூர்த்தி : சுகுணாபாயோட அப்பன்.

மாது : சார் நீங்களா?

சீனு : மாது, இவரை முன்னமே உனக்கு தெரியுமா?

மாது : தெரியும்டா... நான் கல்யாணம் பண்ணிண்டு, wifeஐ கொள்ளவும் முடியாம, தள்ளவும் முடியாம அல்லாடுவேன்னு சபிச்ச சாம்பமூர்த்தி. தாடி இல்லாத துர்வாசர் இவர்தான். அய்யோ டைவோர்ஸ் வாங்க இவர்கிட்டயே வந்து நிக்க வேண்டியதாப் போச்சே... என் தலையெழுத்து பார்த்தீயா? சாபம் கொடுத்தவர்கிட்டயே சாப விமோசனமா, டைவோர்ஸ் வாங்க வந்திருக்கேன். எப்படி சார் இருக்கீங்க?

சாம்பமூர்த்தி : என் சாபம் பலிச்சுடுத்தே. இப்ப பரம சந்தோஷமா இருக்கேன்.

மாது : சார், உங்க பொண்ணு சுகுணாபாய்க்கு கல்யாணம் ஆயிடுச்சா சார்?

சீனு : என்னடா, சார் பொண்ணுக்கு சுகுணாபாய், lifeboyனு சோப்பு பேர்லாம் வச்சுருக்கார்?

மாது : வாயைப் பொத்திண்டு பேசாம இரு, நீங்க சொல்லுங்க சார். உங்க பொண்ணுக்கு கல்யாணம் ஆயிடுச்சா சார்?

சாம்பமூர்த்தி : எங்கப்பா, 20, 25 பையனை அவளுக்கு பாத்துட்டேன். ம்... ஒண்ணு கூட தேறலை. உன்னை எம் பொண்ணுக்கு பாக்க வந்தபோது கர்லா கட்டை தான் விழுந்தது. மத்த எடத்துல எல்லாம், என்ன தைரியத்துல, இவளுக்கு பையன் பாக்க வந்தேன்னு துடப்பக்கட்டையை எடுத்துண்டு வராங்க.

மாது : பாவம் சார் நீங்க...

சாம்பமூர்த்தி : நானும் எவ்வளவு பேரைத்தான் சபிக்கறது? ஆனா, ஒண்ணு, என் சாபம் பலிச்சு, நீ ஒத்தன் சீரழிஞ்சு வந்துருக்கீயே - ரொம்ப சந்தோஷமா இருக்கு. Glad to meet you.

சீனு : யார்டாது, சுகுணாபாய்?

சாம்பமூர்த்தி : எம் பொண்ணு. சோடாபாட்டில் கண்ணாடி, ஏழாங்கிளாஸ்... சரியான தத்தி.

சீனு : அது மைதிலி Boyனா.

சாம்பமூர்த்தி : அது யாரு மைதிலி பாய்?

மாது : எம் பொண்டாட்டி.

சீனு : ரொம்ப கஷ்டப்படறான் சார். நீங்கதான் எப்படி யான டைவோர்ஸ் வாங்கி தரணும்.

சாம்பமூர்த்தி : இப்ப உன் wife எங்க மாது?

சீனு : இப்ப சத்திக்கு wifeஐ Temporaryயா push பண்ணி வச்சுருக்கான்.

சாம்பமூர்த்தி : Push பண்ணியா?

மாது : தள்ளி வச்சுருக்கேன். அதை Englishல சொல்றான். பேசாம இரேண்டா. சார் எப்படியான Divorce...

சாம்பமூர்த்தி : தரேன்யா, நீ வாங்க டைவோர்ஸ்ஸை நான் என்ன, எட்டணான்னு கூறு போட்டா வித்துண்டுருக்கேன் சொல்லு... உன் wifeனால உனக்கு என்ன problem. உன் wife உன்னை எதிர்த்துப் பேசறாளா?

மாது : இல்லை சார்.

சாம்பமூர்த்தி : ராட்சஸியாட்டம் உன் wife நடந்துக்கறாளா?

மாது : இல்லை சார்.

சாம்பமூர்த்தி : காரணம் இல்லாம, பாத்திரம், டம்ளர், இப்படி கைல கிடச்சதால உன்னை உன் wife அடிக்க றாளா?

மாது : இல்லை சார்.

சாம்பமூர்த்தி : புடவை வாங்கித் தா, நகை, நட்டு வாங்கித் தான்னு மாச கடைசில உன் wife உன்னை புடுங்கி எடுக்கறாளா?

மாது : இல்லை சார்.

சாம்பமூர்த்தி : அப்புறம் எப்படிய்யா wifeங்கறே? நான் சொன் னது wifeவோட Minimum Qualificationsயா... இதை விட மோசம்லாம் உண்டு.

மாது : என் wife சோடாபாட்டில். ஏழாங்கிளாஸ் சார். ஆனா என் wife ரொம்ப சாது சார்.

சாம்பமூர்த்தி : சாதுங்கற... wifeன்கற. கோர்வையாவே வரலையே... குழப்பறியே... ஏன், உன் wifeஅ டைவோர்ஸ் பண்ணணும்கற?

மாது : ஏழாங்கிளாஸ் சார். சோடாபாட்டில் கண்ணாடி, சர்வ மண்டு, தத்தி, ஜடம்...

சாம்பமூர்த்தி : இப்ப உன் wife எங்க?

சீனு : என் வீட்டுல சார்.

சாம்பமூர்த்தி : உன் வீடு எங்க இருக்கு?

சீனு : மாது வீட்டுக்குள்ள இருக்கு சார்.

சாம்பமூர்த்தி : என்னய்யா குழப்பறே?

மாது : ரெண்டும் ஒரே வீடுதான் சார். பக்கத்து பக்கத்து போர்ஷன்ல குடியிருக்கோம். சார் எப்படியான டைவோர்ஸ்...

சாம்பமூர்த்தி : எப்படிய்யா காரணமே இல்லாம Divorce வாங்க முடியும்?

மாது : சார், அவ சோடாபாட்டில் கண்ணாடி சார்.

சாம்பமூர்த்தி : அட, வலுவான காரணமா இருக்கணும்பா.

மாது : நல்ல வலுவான Thick சோடாபாட்டில் சார்...

சாம்பமூர்த்தி : மாது... வயசுல பெரியவனானவன் சொல்றேன். கேட்டுக்கோ. Wifeலாம் டைவோர்ஸ் பண்ணாதய்யா.

மாது : வேற யாரை சார் Divorce பண்ணறது? கேனத்தனமா பேசறீங்களே?

சாம்பமூர்த்தி : ஏழாங்கிளாஸ் படிச்சவளை ஏன்யா கல்யாணம் பண்ணிண்டே?

மாது : எல்லாம் உங்களாலதான்... நீங்க கொடுத்த சாபம் பலிச்சுடுச்சு.

சாம்பமூர்த்தி : ஆமாம், இல்லாட்டி கிழிச்சிருப்பே... நான் சாபம் கொடுத்ததாலதான் ஓரளவு உனக்கு ஏழாங் கிளாஸ் கிடைச்சுது. இல்லேன்னா நீயா போய் மூணாங்கிளாஸ்ஸை கட்டிண்டுருப்பே.

சீனு : ஏதோ ஆசைப்பட்றான் சார். தொலையறது போங்க. ரொம்ப வேணாம். ஒரு அஞ்சு வருஷத்துக்கு டைவோர்ஸ் வாங்கி தர முடியுமா?

மாது : என்ன தெனாவட்டு இருந்தா, நான் தள்ளி வக்க றேன்ன போது, என்னை தள்ளி வக்கறீங்க இல்ல; என்ன சேத்துக்க நாயா, நீங்க அலைவீங்கன்னு அவ சபிப்போ.

சாம்பமூர்த்தி : உன் wifeஐ டைவோர்ஸ் பண்ண, நீ சொன்ன காரணங்களெல்லாம் பத்தாது.

மாது : என்ன காரணங்கள் வேணும் சொல்லுங்க. நான் உண்டாக்கறேன். I want Divorce. சீனு, you want divorce? எதுக்கும் அப்ளை பண்ணி வைடா. நாளைக்கு தேவைப்பட்டா வாங்கிக்கலாம்.

சீனு : எனக்கெதுக்குடா Divorce? ஜானகி என்ன மைதிலி மாதிரி 7ம் கிளாஸா? B.A.

சாம்பமூர்த்தி : அது யார் ஜானகி?

சீனு : என் Wife.

சாம்பமூர்த்தி : நீங்க?

சீனு : ஏழாங்கிளாஸ்.

சாம்பமூர்த்தி : அ... இது சொல்லு மாது. சீனுக்கு Divorce பண்ண காரணம் இருக்கு. எம் பொண்டாட்டி படிச்ச திமிர்ல நடந்துக்கறா. என்னை மதிக்கறதே இல்லேன்னு சொல்லலாம்.

சீனு : மாது என்னடாது, பேஜார் பண்றாரு?

மாது : சார், என்ன காரணம் வேணும்னு சொல்லுங்க.

சாம்பமூர்த்தி : புருஷன், பொண்டாட்டி ரெண்டு பேரும் ஒத்துப்போய், ஒண்ணா சேர்ந்து வந்து கேட்டாதான் Divorce கிடைக்கும்.

மாது : ஒத்துப் போய், ஒண்ணா சேர்ந்துட்டா, அப்புறம் எதுக்கு சார் டைவோர்ஸ்?

சாம்பமூர்த்தி : Divorceக்கு ஒத்துப் போகணும்யா. நீ மட்டும் Divorce பண்ண நெனைச்சா, உன்னை பாதிக்கற அளவுக்கு உன் wifeவோட பலஹீனங்களை தகுந்த அத்தாட்சியோட நீ Courtல prove பண்ணணும்.

மாது : பலஹீனம் No.1 - wife சோடா பாட்டில் கண்ணாடி போட்டுண்டுருப்பா.

சாம்பமூர்த்தி : பைத்தியம், அவளோட பலம்பா அது, பலஹீனங் கறீயே? நாளைக்கு அவ சோடா பாட்டிலோட Courtல வந்து சோகமா நின்னான்னா, Sympathy அவ பேர்லதான் போகும். ஜட்ஜ், தேம்பித் தேம்பி அழுதுண்டே உனக்கெதிரா judgement கொடுத்துடுவார்.

மாது : ரெண்டும் ரெண்டும் எவ்வளவுன்னு தெரியாத ரெண்டுங் கெட்டானை கட்டிண்டு காலம்பூரா அல்லாடறேன். அவ, வாயை தொறந்தா சாபம் தான் வரது. அந்த வாயை பொத்துங்க சார். அவளுக்கு காபி போட தெரியாது.

சாம்பமூர்த்தி : உனக்குத் தெரியுமா?

மாது : தெரியாது.

சாம்பமூர்த்தி : Out... ஜட்ஜ் கேப்பான். M.A படிச்ச உனக்கே காபி போட தெரியலையே, ஏழாங்கிளாஸ் படிச்சவ கிட்ட நீங்க எப்படி எதிர்பார்க்கலாம்னு.

மாது : என்ன காரணம் சார்? நீங்களான சொல்லி தொலைங்களேன்.

சாம்பமூர்த்தி : உன் wifeக்கு ஹிஸ்டீரியா உண்டுன்னு Prove பண்ணு. அதுவே ஒரு காரணமாகும்.

சீனு : என்ன சார், ஏழாங்கிளாஸ் படிச்சவகிட்ட ஹிஸ்டீரியா, ஜியாகர்பியலாம் எதிர்பாக்க முடியுமா?

சாம்பமூர்த்தி : அவளுக்கு பைத்தியம் புடிக்க வைக்க முடியுமா?

மாது : அவளால எனக்கு புடிச்சு தானே நான் உங்ககிட்ட வந்துருக்கேன்.

சாம்பமூர்த்தி : அப்புறம் நீ வரதட்சணை வாங்கினீயா?

மாது : எங்கப்பா வாங்கினார்.

சாம்பமூர்த்தி : கோவிந்தா... ஏழு தலைமுறைக்கு அவளை நீ Divorce பண்ண முடியாது.

மாது : சார்.

சாம்பமூர்த்தி : ஒரே ஒரு காரணம். சொன்னா தப்பா எடுத்துக்க மாட்டியே?

மாது : சொல்லுங்க.

சாம்பமூர்த்தி : அவளோட நடவடிக்கை சரி இல்லேன்னு Prove பண்ணணும்.

மாது : அப்படின்னா?

சாம்பமூர்த்தி : அவளுக்குக் கள்ள தொடர்பு இருக்குனு. இப்ப அவ சீனு வீட்டுலதானே குடியிருக்கா?

சீனு : சார் என்ன சார், அசிங்கமாலாம் பேசறீங்க?

சாம்பமூர்த்தி : இருடா, ஏன் பறக்கற? மாது உன் wifeக்கு கள்ள தொடர்பு இருக்கறதா நிரூபிக்கப் பாரு.

மாது : கள்ள தொடர்புனா திருடனோட friendshipபா?

சாம்பமூர்த்தி : கள்ள தொடர்புனா, அவ நடவடிக்கைல உனக்கு சந்தேகம். அடிக்கடி உனக்கு தெரியாம வெளில போறா.

மாது : அவ கண்ணாடியை கழட்டிட்டா, எனக்கு என்ன, வெளில போறது அவளுக்கே தெரியாது.

சாம்பமூர்த்தி : சும்மா இரேண்டா. Yes. அடிக்கடி பீச்சுக்கு போறா, Boatக்கு பின்னாடி எவனோடயோ பேசறா, பழகறா - இதை நான் கண்ணால பாத்தேன்.

மாது : நீங்க பாத்தீங்களா?

சாம்பமூர்த்தி : நீ பாத்தய்யா. அதுக்கு அத்தாட்சியா அவளோட HandBag, Boatக்கு பின்னால கிடந்தது. நீயே அவ Hand Bag தொலைஞ்சு விட்டதா Police report கொடுத்துட்டு நீயே அவ HandBagகை பீச்சில ஏதாவது ஒரு Boatக்கு பின்னாடி வச்சுடு. Policeக்கு Clueவும் கொடு. Police போகும். Bagகை பாக்கும், Complaint register ஆகும்.

மாது : First Class Idea.

சாம்பமூர்த்தி : அப்புறம் அந்த Hand Bagல ஒரு லெட்டர் - உன்னைப் பத்தி அவ தாறுமாறா திட்டி எழுதின லெட்டர்.

மாது : இது எதுக்கு?

சாம்பமூர்த்தி : உனக்கும் அவளுக்கும் உறவு சரி இல்லைன்னு Courtல Prove பண்ண. அதுசரி... அவகிட்டேந்து லெட்டர் எப்படி வாங்குவே. டைப் பண்ண லெட்டர்ல அவ கையெழுத்து போடுவாளா?

மாது : அது பெரிய problem இல்ல. சீனு பாத்துப்பான். அவளுக்கும் அவ அப்பனுக்கும் கண்ணாடியை கழட்டிட்டா, எதிர்ல உயிலை வச்சாகூட, மணி யாடர்னு நெனைச்சு, கையெழுத்து போட்டுடுங்க. சீனு, நான் ஒரு லெட்டர் டைப் பண்ணி தரேன். எப்படியான மைதிலி கிட்ட கையெழுத்து வாங்கிடு.

சீனு : மாது...

மாது : அவ இப்ப சீனு வீட்டுலனா இருக்கா? இதெல்லாம் மொதல்லயே தெரிஞ்சிருந்தா, கத்தை கத்தையா காரணங்களை சேகரிச்சுண்டு அப்பால சீனு போர்ஷனுக்கு தள்ளி வச்சுருப்பேன்.

சாம்பமூர்த்தி : இப்பவும் ஒண்ணும் குடிமுழுகிப் போகலை. Take your own time. நான் சொல்ற காரணங்களை எப்படியான Collect பண்ணி வை. மொத்தமா Courtல Submit பண்ணா, ஜட்ஜ்ஜே வேணாம், குமாஸ்தாவே Divorce Sanction பண்ணிடுவான்.

மாது : Thanks சார். வரோம் சார். அப்புறம் உங்க fees?

சாம்பமூர்த்தி : தெரிஞ்ச பையன். உங்கிட்ட வாங்கறது தப்பு தான்... But என் position இப்ப சரி இல்லை. பணம் தேவைப்படும்.

சீனு : ஏன் சார் சோத்துக்கே அல்லாடறீங்களா?

சாம்பமூர்த்தி : இல்லப்பா... எம் பொண்ணு சுகுணாபாய்க்கு இருந்து இருந்து கல்யாணம் fix ஆயிருக்கு. But பையனோட அப்பன் 50000 ரூபாய் வரதட்சணை கேக்கறான். இரண்டு வருஷம் டைம் கேட்டுருக்கேன். கொஞ்சம் கொஞ்சமா சேக்கறேன்.

மாது : 50000 ரூபாயா?

சாம்பமூர்த்தி : இத்தனைக்கும் பையன் அவளை Love பண்றான். பையனோட அப்பா, பைசா குறைஞ்சாலும் பையனை தர மேட்டேங்கறான். பையன் அப்பாக்கு பயந்தவன்.

மாது : Love Marriegeக்கு வதரட்சணையா? புதுசா இருக்கு. ஒரே பொண்ணு தானே? அடிச்சுவுட வேண்டியது தானே?

சாம்பமூர்த்தி : இல்லப்பா, சுகுணாபாய்க்கு அக்கா ஒருத்தி இருக்கா கமலாபாய்னு.

சீனு : அக்காவும் பாயா?

சாம்பமூர்த்தி : அவ முஸ்லீம்மை லவ் பண்ணி கட்டிண்டா. கரீம்பாய்னு பேரு - இப்ப துபாய்ல இருக்கான். கல்யாண செலவு என் தலைல விழுந்துடுத்து. இப்ப சின்ன மாப்பிள்ளையோட அப்பா 50000 கேக்கறார். சின்ன மாப்பிள்ளையும் தன்னால முடிஞ்சவரை சேக்கறார். வாங்கோ.

(திருப்பதி Entry)

சாம்பமூர்த்தி : இவர்தான் என்னோட வருங்கால சின்ன மாப்பிள்ளை.

மாது : சின்ன மாப்பிள்ளை இவர்தானா, உம்ம daughter சுகுணா பாயை love பண்ண Playboy இவர்தானா? பேர் என்ன?

திருப்பதி : திருப்பதி.

மாது : திருப்பதி ஏழுமலை ரொம்ப உசரம் ஆச்சே! சின்ன மாப்பிள்ளை பாக்க, கீழ் திருப்பதியாட்டம் இருக்கார். அடிக்கு 10000 வச்சாகூட, 50000 வரலையே?

திருப்பதி : மாமா, இதுவரை எவ்வளவு சேத்துருக்கோம்?

சாம்பமூர்த்தி : ஏங்க மாப்பிள்ளை, 5000 தேறி இருக்கும். நீங்க?

திருப்பதி : என்ன, 500 ரூபா... பீச்சுல சுண்டல் வித்து எவ்வளவு சேக்க முடியும்? ரொம்ப கஷ்டமா யிருக்கு சார். எங்கப்பன் வச்ச கெடு வேற நெருங்கிகிட்டே இருக்கு. மாடு வாங்கி, பால் வியாபாரம் பண்ணலாம்னு பாக்கறேன்.

சீனு : Playboy பாவம் Cowboyயாக முடிவு பண்ணிட்டான். ஒரு கல்யாணம் நடக்க எவ்வளவு கஷ்டமாயிருக்கு? நீ என்னடான்ன, நடந்த கல்யாணத்தை முறிக்க, Divorce வாங்கறேங்கற...

திருப்பதி : இருக்கிற ஆத்திரத்துக்கு, எங்கயான, எவங்கிட்ட யான கொள்ளை அடிக்கலாமான்னு தோணுது சார்.

மாது : ஏன் சார், உங்க பொண்ணு ரொம்ப உயரமாச்சே? எப்படி இவரை love பண்ணா?

சாம்பமூர்த்தி : சுகுணா பாய்க்குத் தானே தெரியும்? சோடாபாட்டில் கண்ணாடி. அது வழியா எதை பாத்தாலும் பெரிசா, Doubleஆதான் தெரியும். அவ கண்ணுக்கு 3 அடி. 7அடியா தெரிஞ்சிருக்கும்.

(திரை)

காட்சி - 12

மாதுவின் வீடு

மாது : சீனு, Done!

சீனு : என்னடா?

மாது : வக்கீல் சாம்பமூர்த்தி சொன்ன plan பிரகாரம் நேத்தி நீ வாங்கி கொடுத்தீயே! மைதிலி கை யெழுத்து போட்ட லெட்டர். அதை அவ ளோட Hand Bagல போட்டு மெரீனா பீச்சுல கரையோரமா இருந்த ஒரு Boatக்குள்ள போட் டாச்சு.

சீனு : Boatக்குள்ள போட்டுட்டியா?

மாது : Boatக்குள்ள போட்டதோட நிக்கலடா. நேரே போலீஸ் ஸ்டேஷனுக்கு போய், ஒரு Complaintம் கொடுத்துட்டேன்.

சீனு : என்னன்னு?

மாது : சார், என் wifeபோட Hand Bagகை காணும், எனக்கு அவ நடத்தை மேல சந்தேகமா இருக்கு. அடிக்கடி எனக்கு தெரியாம, பீச்சுக்கு போறா, Parkக்கு போறான்னு... Police பீச்சுல தேடும். Hand Bag கிடைக்கும். சந்தேகம் ஊர்ஜிதம் ஆகும். அப்புறம் Divorce.

சீனு : மைதிலி, தான் பீச்சுக்கே போகலேன்னுட்டா?

மாது : போலீஸை வச்சுட்டு கேப்பேனே... ஏண்டி அப்ப

உன்னோட Hand Bag மட்டும் எப்படி பீச்சுக்கு போச்சுன்னு. அட, கால் பையா இருந்தாலும் தானா நடந்து பீச்சுக்கு போகலாம். இது கைப்பை - HandBag - எப்படி நடந்து போகும்! Pointடை புடிப்பேனே. தன்னோட கள்ள காதலனை சந்திக்க, மைதிலி அடிக்கடி பீச்சுக்கு போறாங்க றதை நிரூபிக்க இன்னொரு ஐடியாவும் பண் ணிட்டேன்.

சீனு : என்ன?

மாது : மைதிலியோட செருப்புல முந்தாநாள் ஒரு லாரி பீச் மணலை கொட்டிட்டேன். அப்புறம் சீனு, மைதிலி என்னை தாறுமாறா திட்டி எழுதி இருந்த letter, நீ கூட அவ கையெழுத்து வாங்கினீயே... Bagல போட்ட Letterடா. அதுல எப்படி அவ கையெழுத்தை வாங்கினே?

சீனு : நீ தள்ளி வச்ச சோகத்துல கண்ணாடிய கழட்டி வச்சுட்டு அழுதுண்டுருந்தா. ஏற்கனவே கண்ணு தெரியாது. இதுல கண்ணுல ஜலம் வேற... மைதிலி உன்னோட Lic policyனு கப்ஸாவுட் டேன். கையெழுத்து போட்டுட்டா. கப்ஸா விடறச்சே எனக்கே கஷ்டமா இருந்தது.

மாது : தப்பு இல்லடா. டப்ஸா கிட்ட தானே கப்ஸா விட்டே?

சீனு : ஆமாம். அந்த லெட்டர்ல அப்படி என்ன டைப் பண்ண?

மாது : அன்பு துளிகூட இல்லாத கணவர் மாதுவுக்கு, மாஜி மனைவி மைதிலி எழுதிக் கொள்வது. நாம் இன்னும் எத்தனை நாள்தான் இப்படி சண்டை போட்டுக் கொண்டே இருப்பது? என்னால் தாங்க முடியவில்லை. இதற்கொரு முடிவு காணவே, நான் நிரந்தரமாக போய்விட முடிவு செய்துவிட்டேன்.

அதான், கள்ளக் காதலனோட நிரந்தரமா ஓடிப் போய் விடமுடிவு. கேளு... இந்த முடிவு உங்க ளுக்கு அதிர்ச்சியாக இருக்கலாம். இருந்தாலும் நீங்கள் உள்ளூர சந்தோஷப் படுவீர்கள் என்பதை

நான் அறிவேன். அவளுக்கும் என்னை Divorce பண்ண ஆசை. எனக்கும் அவளை Divorce பண்ண ஆசை. ஜட்ஜ் சட்னு Divorce கொடுத்துடுவார் பாரு.

சீனு : அப்புறம்?

மாது : நான் ஒவ்வொரு முறை பீச்சுக்கு போகும் போதெல்லாம் இந்த முடிவு பற்றி நினைப்பது உண்டு. தைரியம் இல்லாமல் திரும்பிவிடுவேன். இன்று தைரியமாக அந்த முடிவை எடுத்துவிட்டேன். என்னை தேடி யாரும் அலைய வேண்டாம். போலீஸுக்கும் சொல்ல வேண்டாம்.

இப்படிக்கு,
உங்கள் சோடா பாட்டில், தத்தி, ஜடம்
மைதிலி.

Letterல எப்படி Policeஐ கோத்துவுட்டேன் பாத்தியா?

சீனு : அது சரி, இன்று தைரியமாக அந்த முடிவை எடுத்து விட்டேன்னு Type பண்ணிருக்கியே - அந்த இன்று என்று.

மாது : அது - அவ கள்ளக் காதலனோட ஓடிப் போற நாளை குறிக்கும். போலீஸை பொறுத்தவரை மைதிலி ஓடிப் போக முடிவு கட்டிட்டா. அது போறுமே Divorceக்கு.

(ஜானகி ஓடிவர)

சீனு : ஜானகி, என்ன இவ்வளவு அவசரமா ஓடி வர?

ஜானகி : மைதிலியை காணும்னா...

சீனு : என்னது, மைதிலியை காணுமா? ஒழுங்கா சொல்லுடி - காணாம போனது மைதிலியா இல்ல அவ Hand Bagஆ?

மாது : சும்மா இரேண்டா பீடை, ஜானகி என்ன சொல்ற?

ஜானகி : நீங்க தள்ளி வச்சேள்ங்கற வருத்தத்துல ரெண்டு மூணு நாளாவே மைதிலி டல்லா இருந்தா. நான் தான் மனசு சரியில்லேன்னா வெளில ஒரு Round

போயிட்டு வாயேன்னேன். சரின்னு இன்னிக்கு 4 மணிக்கு...

மாது : 4 மணிக்கு...

ஜானகி : பீச்சுக்கு போறதா சொல்லிட்டு போனா -

மாது : பீச்சுக்கு (Realising) பீச்சுக்கா? மணி 9 ஆறது. 4 மணிக்கு பீச்சுக்கு போனவ இன்னுமா வரலை? நான் நெனைக்கறேன் அது சோடா பாட்டில். பீச்சுன்னு நெனைச்சு கபாலி கோவில் குளத்துல போய் தண்ணில நின்னுண்டுருக்கும், வந்துடுவா.

(சீனுவிடம் வந்து) இதான் பழம் நழுவி பால்ல விழறதுங்கறது. நான், அவ அடிக்கடி பீச்சுக்கு போறதா லெட்டர் எழுதி வச்சா, தத்தி தானாவே பீச்சுக்கு போயிருக்கு... அவளே தன் தலைல பீச்சு மணலை வாரி போட்டுக்கறா. இது மாதிரி அவ ஒரு வாரம் போனா, நம்ப point ஊர்ஜிதமாயிடும். அப்புறம்...

சீனு : Divorce.

ஜானகி : என்னன்னா, அவரோட சேந்து நீங்களும் Divorceங்கறேள்?

சீனு : இல்லை. அது வாய் தவறி வந்துடுத்து.

மாது : ஜானகி, எங்க Mr.அப்பாதுரை, Giant size சோடா பாட்டில்?

ஜானகி : மைதிலிக்காக 7மணி வரை wait பண்ணி பாத்தோம். வரலேன்னவுடனே கவலையாய் போயிடுத்து. அப்பா போலீஸ் ஸ்டேஷனுக்கு report பண்ண போயிருக்கார்.

மாது : (சீனுவிடம்) சீனு எல்லாம் எப்படி சேந்து வரது பாத்தியா. நானும் அவ நடத்தை சரி இல்லே அடிக்கடி பீச்சுக்கு போறான்னு Complaint கொடுத்து இருக்கேன். இப்ப பெத்த அப்பனே, பீச்சுக்கு போனவளை காணும்னு policeல report. பழம் நழுவி பால்ல விழுந்து பால் தவறி வாய்ல கொட்டிடுத்து. 2 police reports. மைதிலி பீச்சுக்கு போறது ஊர்ஜிதம் ஆயிடுத்து. அப்புறம்...

சீனு : Divorce... அது... ஜானகி... வாய் தவறி...

மாது : சும்மா இரேண்டா...

(அப்பாதுரை Entry)

ஜானகி : அப்பா...

அப்பாதுரை : மைதிலியை காணும்மா ஜானகி. மாப்பிள்ளை, மைதிலியை காணலை மாப்பிள்ளை. பீச்சுக்கு வேற போயிருக்கா- தற்கொலை கிற்கொலைனு...

மாது : உம்ம பொண்ணு தற்கொலையா? கொலையும் செய்வாள் பத்தினி - கேள்விப்பட்டிருக்கேளா - உம்ம பொண்ணு அந்த டைப். அவ ஏன் தற்கொலை பண்ணிக்கறா? (சீனுவிடம் வந்து) தத்தி... எங்கயான தற்கொலை பண்ணி வச்சுருக்க போறாடா. அவ HandBagகை வேற Boatல போட்டு போலீஸ்ல report வேற பண்ணி இருக்கேன். Policeல எம்பேர்ல சந்தேகம் வருமா!

சீனு : பழம் நழுவி பால்ல விழும்னே. இப்ப பாரு புள்ளையார் புடிக்க, குரங்கா போச்சு. சாவு...

மாது : சார், நல்லா தேடிப் பாத்தீங்களா?

அப்பாதுரை : என்னால முடிஞ்சவரை பீச்சை சல்லடை போட்டு சலிச்சுட்டேன். காணலை. ஒரு Boatடை விடலே. எல்லா Boat பின்னாடியும் தேடிப் பார்த்துட்டேன்.

மாது : Boatக்குள்ள பாக்கலையே?

அப்பாதுரை : அதுக்குமேல என்ன பண்ணறதுன்னு தெரியலை. Policeக்கு போய், ஜானகி அப்பா இன்ஸ்பெக்டர் அம்மாவாசை கிட்ட report பண்ணினேன். அவர் தேடிப் பாத்துட்டு வர்ரேன்னார்.

மாது : அம்மாவாசையா?

(இன்ஸ்பெக்டர் அம்மாவாசை, கான்ஸ்டேபிள் பௌர்ணமியோடு வருதல்.)

அம்மாவாசை : அம்மாவாசையேதான்.

அப்பாதுரை : வாடா... கிடச்சாளா எம் பொண்ணு?

சீனு : அய்யய்யோ... என்ன மாமா தொப்பியை கழட்ட றேள்? டாக்டர் கண்ணாடியையும் இன்ஸ்பெக்டர் தொப்பியையும் கழட்டினா டேஞ்சராச்சே!

அம்மாவாசை : அப்பாதுரை, நான் கொஞ்சம் உம் மாப்பிள்ளை யோட பேசணும்.

மாது : Yes sir.

அம்மாவாசை : பீச்சுக்கு போன Mrs.மாது இன்னும் வரலை. ஏன்?

மாது : என்னை கேட்டா?

அம்மாவாசை : பௌர்ணமி, அந்த கம்பை குடு.

மாது : சார்.

அம்மாவாசை : அது என்னோடதுப்பா, திருப்பி வாங்கிக்கறேன். பௌர்ணமி.

பௌர்ணமி : Yes சார்!

அம்மாவாசை : மொதல்ல தொப்பியை போடுடா. கண்றாவி! ஏற்கனவே தலைல நிலா மாதிரி வழுக்கை. இதுல பேர் வேற பௌர்ணமி. O.k. Mr.மாது. உங்க wifeவோட HandBagகை காணும்னு நீங்க report பண்ணிருக்கீங்க. Say yes or No.

மாது : Yes சார்.

அம்மாவாசை : உங்க wifeஐ காணும்னு உங்க மாமனார் report பண்ணியிருக்கார். Say yes or No.

மாது : Yes sir. Wife காணாம போனது எனக்கு தெரியாது.

அம்மாவாசை : இதுலேந்து என்ன தெரியுது - உங்க wife Hand Bagகோட காணாம போயிருக்கா. HandBag கிடைச்சுடுத்து, wife கிடைக்கல.

மாது : சார்.

அம்மாவாசை : பௌர்ணமி... தோ பாருங்க. உங்க wifeவோட HandBag. Wife காணாம போனது தெரியலை -ஆனா அவ HandBag காணாம போனதுமட்டும் எப்படி தெரிஞ்சது? பௌர்ணமி... எப்படி point? Promotionக்கு chance இருக்கா?

பௌர்ணமி : அடுத்த IG நீங்கதாங்க...

அம்மாவாசை : So, Bag காணாம போனதை report பண்ண நீங்க ஏன் Wife காணாம போனதை report பண்ணலே?

மாது : சார்...

அம்மாவாசை : காணாம போனாளா? இல்லை போயே போயிட்

டாளா? இந்த Bag ஒரு Boatக்குள்ள இருந்தது. Boat பக்கத்துல அவளோட செருப்பு.

(செருப்பை தருகிறான் பௌர்ணமி.)

மாது : செருப்பா?

அம்மாவாசை : (செருப்பை வாங்கிக் கொண்டு) பௌர்ணமி, மாது என் கண்ணுல மண்ணை தூவ முடியாது. நீ ஏன்யா மண்ணை தூவற. செருப்பை ஆட்டாத...

சீனு : மாது ஏதுடா, அந்த பீச்சு மணல்ல போட்ட செருப்பு?

மாது : பேசாம இருடா.

அம்மாவாசை : Boatக்குள்ள அவ Bag. Boat பக்கத்துல அவ செருப்பு. அவ பீச்சுக்கு போய் இருக்கா. இப்ப சொல்லுங்க. காணாம போயிட்டாளா இல்லை காணாம போக்கிட்டீங்களா?

மாது : சார்.

அம்மாவாசை : நீங்க உங்க wifeஐ தள்ளி வச்சு இருக்கீங்க. Say yes or No.

மாது : yes sir.

அம்மாவாசை : உங்களுக்கும் உங்க wifeக்கும் அடிக்கடி தகராறு வரும். இப்ப I will say yes or no. Yes... இந்த லெட்டர் இந்த Bagல இருந்தது.

மாது : சார், அந்த லெட்டர்...

அம்மாவாசை : உங்க wife உங்களுக்கு எழுதினது. பாவம் கொடுக்கறதுக்கு முன்னால Close ஆயிட்டா. நாம் இன்னும் எத்தனை நாள் தான் இப்படி சண்டை போடுவது. என்னால தாங்க முடியலே இதற்கு முடிவு காணவே நான் நிரந்தரமா போயிட முடிவு செய்துட்டேன். அப்படின்னு எழுதி யிருக்கா. இப்ப என்ன சொல்ற?

மாது : சார், அந்த முடிவு?

அம்மாவாசை : தற்கொலையா இல்லே கொலையா? அதை தெரிஞ்சுக்கத்தான் வந்தேன்.

மாது : சார் அது...

அம்மாவாசை : எதுவா இருந்தாலும் உங்களை arrest பண்ண

வேண்டியிருக்கும். Divorce தர மறுத்த wifeஐ கடல்ல தள்ளி அவளை கொன்னுட்டியா இல்லே Divorceக்கு பயந்துண்டு wifeஏ கடல்ல குதிச்சுட்டாளா? இந்த சந்தேகம் எனக்கு. தீர்க்க வேண்டியது கோர்ட், பௌர்ணமி அந்த விலங்கை எடு.

மாது : சார்.

அம்மாவாசை : (விலங்கை மாட்டியபடி)வரதட்சணை வேற 50000 ரூபாய் வாங்கியிருக்கீங்க. அது வேற சட்டவிரோதம்... வர்றீங்களா?

மாது : சார் - மாமா - சீனு...

சீனு : மாமா...

அம்மாவாசை : மாப்பிள்ளை, முட்டியை பேக்கறதுல நான் மத்தவன் மாப்பிள்ளைன்னு பாரபட்சம் பாக்கறது கிடையாது. குத்தம் செஞ்சா நான் முட்டியை மொத்தமா பேப்பேன். உடந்தையா இருந்தா, ஓரளவு தட்டுவேன். சாரிடா அப்பாதுரை.

மாது : சார், சார், ஒரு நிமிஷம் தெரியாத்தனமா மைதிலியை தள்ளி வச்சுட்டேன். என்னை விட்டுடுங்க சார். சத்யமா மைதிலியை சேத்துக்க றேன். இனிமே அவளை தள்ளி வைக்க மாட் டேன் சார்.

அம்மாவாசை : இனிமே எங்கய்யா தள்ளி வக்கறது? அதான் மொத்தமா பீச்சுல தள்ளி வச்சுட்டியே? Too late.

மாது : சார்... ஏய் பரதேசி சீனு, பாத்துண்டு நிக்கறீயே? பெயில்ல எடுடா.

சீனு : என்னடாது? Divorce வாங்குங்கற... பெயில்ல எடுங்கற... ஒண்ணுமே புரியலை!

மாது : சாம்பமூர்த்திகிட்ட போய் சொல்லு... அவனுக்கு புரியும்...போடா...(அம்மாவாசையை) போடா... சாரி சார், போங்க...

(திரை)

காட்சி - 13

சாம்பமூர்த்தி வீடு

மாது : பெயில்ல எடுத்ததுக்கு ரொம்ப Thanks சார்.

சீனு : மாது, அவர் உன்னை ஜெயில்ல தானே எடுத்தார். ஏன் ஜெயிலை பெயில் பெயில்னு நேத்திலேந்து தப்பா சொல்ற?

மாது : சீனு, பல கேள்விகளுக்கு விடை தெரியாம நான் குழம்பியிருக்கேன். நீ வேற உன் கேள்விகளை கேக்க ஆரம்பிச்சுடாத. ரொம்ப Thanks சார்.

சாம்பமூர்த்தி : It is alright மாது. அப்புறம் Divorce சம்பந்தமாக எப்ப பேசலாம்?

மாது : சும்மா இருய்யா. wifeஐயே காணும்னு திண்டாடறேன். நீ இல்லாத Wifeக்கு Divorce வாங்கித் தரேங்கறியே?

சாம்பமூர்த்தி : இல்லாத Wifeனு நீயே சொல்ற. அப்ப, நெஜமாவே கொன்னுட்டியா?

மாது : கொல்ற அளவுக்கு தைரியமிருந்தா இத்தனை நாள் இவனை (சீனுவை காட்டி) விட்டு வச்சிருப் பேனா?

சாம்பமூர்த்தி : அப்ப தற்கொலைங்கறீயா?

மாது : தெரியலையே?

சீனு : Suicideஆ இருந்தா...

மாது : சொல்லாதடா சீனு.

சீனு : நான் சொல்லலடா!

சாம்பமூர்த்தி : மாது, ஒரு நிமிஷம். நான் உன்னை Bailல எடுத் தேன். நீ ஒரு Help பண்ணணும்.

மாது : டெபனட்டா. ஜெயிலுக்கு போனா சொல்லி அனுப்புங்க... வந்து பெயில்ல எடுக்கறேன்.

சாம்பமூர்த்தி : (திருப்பதியைக் காட்டி) அது இல்லப்பா. எம் பொண்ணு சுகுணாபாயை சார் கட்டிக்க ணும்னா 50000 ரூபா வரதட்சணை, சாரோட

அப்பா கேக்கறார்னு அன்னிக்கு சொன்னேனே, நெனைவு இருக்கா?

மாது : சாரை மறக்க முடியுமா? உங்க சின்ன மாப்பிள்ளை திருத்தணிதானே?

திருப்பதி : திருத்தணி இல்ல சார், திருப்பதி...

மாது : ரெண்டும் மலைதானே? Adjust பண்ணிக்குங்க.

சாம்பமூர்த்தி : எங்களால 50000 ரூபா சேக்க முடியும்னு தோணலை. சின்ன மாப்பிள்ளை ஒரு ஐடியா கொடுத்தார்.

மாது : என்ன சார் (திருப்பதியை பார்த்து) சுண்டலோட சேத்து ஐஸ்கிரீம் வித்து 50000 ரூபா சம்பாதிக்க லாம்னா?

சாம்பமூர்த்தி : வரதட்சணை கொடுக்கறவங்களாலதானே கொடுக்க முடியாத என்னை போல இருக்கறவங்க திண்டாடறான்? அதனால...

மாது : அதனால...

சாம்பமூர்த்தி : நான் கொடுக்க முடிஞ்சவங்க கிட்ட இருந்து எடுக்கறதா முடிவு பண்ணிட்டேன்.

மாது : கொள்ளையா?

சாம்பமூர்த்தி : Yes. வரதட்சணை அள்ளி கொடுத்த ஒத்தங்கிட் டேந்து எங்களுக்கு வேண்டிய 50 ஆயிரத்தை கொள்ளையடிக்கறதா முடிவு பண்ணிட்டோம்.

மாது : அதெப்படி சார்?

சாம்பமூர்த்தி : ஏற்கனவே வரதட்சணை அழுது அழுது அவனுக்கு பணத்தோட அருமையே புரியாம போயிருக்கும். 50000 ரூபா போனாகூட, தன் மாப்பிள்ளைக்கு அழுததா நெனைச்சு, மனசை தேத்திப்பான். இது பேர்தான் Dowry சைக்காலஜி.

மாது : புது கொள்ளையா இருக்கே! திருப்பதி மலை சார் கொடுத்த ideaவா? திருப்பதி மலைக்கள்ளன் (கன்னத்தை கிள்ளுகிறான்)

திருப்பதி : வரதட்சணை கொடுத்தவன் பேர்லாம் list போட்டு குலுக்கி போட்டோம். அதுலேந்து ஒரு பேரை ஒரு குழந்தையை விட்டு எடுக்க சொன்னோம்.

மாது : நீங்களே எடுத்துருக்கலாமே? எதுக்கு குழந்தை லாம்?

சாம்பமூர்த்தி : அத விடு மாது... அந்த பேருக்குரியவரோட பொண்ணை கடத்திண்டு வந்துட்டோம்.

மாது : எதுக்கு?

சாம்பமூர்த்தி : அந்த பொண்ணோட அப்பாகிட்ட 50000 ரூபா தந்தாத்தான் உங்க பொண்னை திருப்பி தரு வோம்னு மிரட்டப் போறோம்.

மாது : அப்பனை ஏன் கேக்கறீங்க? அந்த பொண்ணோட புருஷன்கிட்ட கேக்கலாமே?

சாம்பமூர்த்தி : சொல்ல முடியாது. பொண்டாட்டியை நீயே வச்சுக்க - 50000லாம் ஜாஸ்தி. நானே 30000 தான் கொடுத்து வாங்கினேன்னுட்டான்னா?

மாது : அப்ப, பொண்ணை கடத்திண்டு வந்தாச்சு.

சாம்பமூர்த்தி : ஆமாம்... இப்போ இதுல உன் Help தேவை. நீ தான் அந்த பொண்ணோட அப்பனை மிரட்டி 50000 Collect பண்ணணும்.

மாது : சார், சார், என்னால்லாம் முடியாது. சீனு, நீ வேணா Try பண்றீயா?

சீனு : O.K. ஏய், என்ன விளையாடறீயா?

சாம்பமூர்த்தி : மாது, நீதான் இதுக்கு லாயக்கு.

மாது : எப்படி?

சாம்பமூர்த்தி : ஏற்கனவே குத்தம் பண்ணினவன்... கொலைலாம் செஞ்சுருக்க... கூட இதையும் செஞ்சா, என்ன மிஞ்சிப் போனா கொலைக்கு கடுங்காவல் அஞ்சு வருஷம் இருக்கு. பல்லை கடிச்சுண்டு தள்ளிடு.

மாது : சார். நான் கொல்லலை சார்.

சாம்பமூர்த்தி : சரி... தற்கொலை... எப்படியும் குத்தம் உம்பேர்ல.

திருப்பதி : சார், சார், உங்களுக்கு சிரமம் வக்காம பொண்ணை நான் கடத்திட்டேன். பணம் மட்டும் வாங்கித் தந்துடுங்க சார்.

மாது : அடேய்! பொண்ணை கடத்தறே. நீ திருப்பதி இல்லை. குள்ள ரேணிகுண்டா... ஒத்துடா...

சாம்பமூர்த்தி : மாது, அப்ப நீ அப்பாதுரைகிட்டேந்து பணத்தை வாங்கி தரமாட்ட?

மாது : அப்பாதுரையாவது... அம்மாவாசையாவது... என்ன அப்பாதுரையா?

சாம்பமூர்த்தி : உனக்கு தெரியுமா? தோ... இவர்தான்.

மாது : யோவ்... இது என் மாமனார்யா. அப்ப நீ கடத்திண்டு வந்தது எம் பொண்டாட்டியையா?

(மைதிலி வெளியே வந்து)

மைதிலி : ஏய் பழனி, இங்க வாடா...

திருப்பதி : எம் பேர் பழனி இல்லம்மா. பறங்கி மலைலே ஆரம்பிச்சு, இமயமலை வரை எல்லா மலை பேரும் சொல்லுங்க. திருப்பதியை விட்டுடுங்க.

மைதிலி : கடத்திண்டு வந்துட்டா ஆச்சா? காபி, டிபன்லாம் எவன் தருவான்? காபி தாடா...

மாது : மைதிலி...

மைதிலி : அய்யோ நீங்களா?

மாது : அப்பா, நீ இருக்கீயா? என் வயத்துல பாலை வார்த்த...

மைதிலி : இவாளைலாம் உங்களுக்கு தெரியுமா? அப்ப, என்னை கடத்த சொன்னது நீங்கதானா? என்னை வேண்டாம்னு தள்ளி வக்கறேள். இப்ப வேணும்னே கடத்தறேள். என்ன சீனு, ஜானகி சௌக்கியமா?

சீனு : அ... இருக்கா... நீ எப்படி இருக்கே? லெட்டர் வேணா எழுதித் தா... நீ விசாரித்ததா சொல்லி ஜானகி கிட்ட தரேன். பதிலுக்கு ஜானகி கிட்ட இருந்து லெட்டர் வாங்கித் தரேன்.

மாது : முண்டம். நீ என்ன Post officeஆ நடத்தறே? மைதிலி, நான் உன்னை கடத்தலை. தோ, இவர் தான் சாம்பமூர்த்தி.

மைதிலி : இவர் யாரு?

மாது : என்னோட வக்கீல். பெரிய லாயர். உன்னை டைவோர்ஸ் பண்ண இவர்கிட்டதான் வந்தேன். நான்தான் இவர்கிட்ட வந்தேன்னு பாத்தா, நீயும்

இவர்கிட்ட வந்து நிக்கறீயே?

மைதிலி : என்னை டைவோர்ஸ் பண்ணப் போறேளா?

மாது : மாட்டேன். சத்யமா மாட்டேன். இப்ப நீ எனக்கு அவசியம் வேணும். நீ நல்லபடியா திரும்பி வராட்டி நான் கம்பி எண்ண வேண்டி வரும். ஏண்டி, அறிவு வேணாம்? அவாதான் கை, கால கட்டலை இல்லே, தப்பிச்சுண்டு போக வேண்டி யதுதானே?

மைதிலி : எப்படின்னா தப்பிக்கறது? கண்ணாடியை கழட்டிண்டுட்டானே?

மாது : நீ ஒண்ணும் கவலைப்படாத. நான் உன்னை காப்பாத்தறேன்... சாம்பமூர்த்தி...

சாம்பமூர்த்தி : (துப்பாக்கியை எடுத்து) மாது! என் வேலை சுலபமா யிடுத்து. நீ இவளோட அப்பன் கிட்ட இருந்து 50000 ரூபாய் வாங்கிண்டு வர...

மாது : முடியாது. நான் இப்ப நேரே Policeக்கு போய் எம் பொண்டாட்டியை சாம்பமூர்த்தினு ஒரு கள்ளனும், திருப்பதினு ஒரு குள்ளனும் கடத்தி வச்சிருக்கிறதா report பண்ணப்போறேன்.

சாம்பமூர்த்தி : பண்ணு. அதுக்குள்ள உன் wifeஐ கொன்னு, பீச்சுல போட்டுடறேன். இப்ப உம் பேர்ல பழி சந்தேகமாத்தான் இருக்கு. அப்புறம் சாஸ்வத மாயிடும். எப்படி?

மைதிலி : அவனுக்கு பயப்படாதேள்... கைல பென்சில் வச்சுண்டு பயமுறுத்தறான். அவனுக்கு பயப்படறேளே?

மாது : கண்ணாடி போட்டுண்டு பாருடி... அது பென் சில் இல்ல, பிஸ்டல்... சாம்பமூர்த்தி. என் wifeஐ கொன்னுடாதே. அவ பாவம், சாது!

சாம்பமூர்த்தி : So, பணத்தை வாங்கிண்டு வா. உன் மாமனார் தானே? மிரட்டக் கூட வாணாம் - பேசியே வாங்கித் தரலாம்.

மாது : இப்ப இதெல்லாம் அவர் கிட்ட சொல்ல முடியா துப்பா.

சாம்பமூர்த்தி : அப்ப, மாறு வேஷத்துல போய், கடத்தினது

நான்தான்னு சொல்லி, பணத்தை வாங்கு. துணைக்கு வேணா, தோ அந்த பயலை அழைச் சுக்கோ. போ - பணத்தை Collect பண்ணி பால வாக்கம் பாழடைஞ்ச பங்களா கிட்ட நாளைக்கு ராத்திரி இதே டயத்துக்கு வா... பணத்தை பெட்டியில போட்டுவை. நான் உன் wifeஐ திருப்பி தந்துடறேன்.

மாது : நான் வரேன். சாம்பமூர்த்தி, சுட்டுகிட்டு வச்சு டாத மைதிலியை... அவளுக்கு ஏதான ஆச்சுன்னா நான் கம்பி எண்ணணும். அவ அருமையே இப்பதான் தெரியுது.

மைதிலி : தோ பாருங்கோ. நீங்க ஜெயிலுக்கு போகாம இருக்க நான் திரும்பி வரணும்னா நான் வரவே இல்லை, போறுமா?

மாது : என்னடி சொல்ற?

மைதிலி : என்னை ஏத்துக்கற பட்சத்துல, நான் திரும்பி வரேன். இல்ல, நான் இங்கேயே உயிரை விட்டு டுவேன்.

மாது : ஆளுக்காளு Situationஐ பயன்படுத்திக்கறாங்கடா சீனு. உன்னை நான் தள்ளி வக்கலை. Divorce பண்ணலை போறுமா?

மைதிலி : தத்தி ஜடம்னு சொல்லக் கூடாது.

மாது : நீயா தத்தி? எமன்... அழுந்தின சமத்து... சாம்பமூர்த்தி வரேண்டா.

சீனு : என்ன மாறுவேஷத்துல போகலாங்கற?

மாது : குறவன் குறத்தி - உடனே Dress ஆசை. அல்பம்டா நீ... வா திருப்பதி, எல்லாம் நல்லபடியா முடியட்டும். Original திருப்பதிலேந்து உன்னை உருட்டி விடறேன், வாடா... (Exit)

திருப்பதி : பாஸ். அப்புறம் என்ன?

சாம்பமூர்த்தி : கைல ஒரு துப்பாக்கியை எடுக்கக்கூடாதே - உடனே பாஸ்னுடுவீங்களே. நான் உன் மாமனார்யா.

திருப்பதி : சரி, அப்புறம் என்ன சொல்லுங்க?

சாம்பமூர்த்தி : தோ பார் திருப்பதி, மாதுவை நம்ப ஓரேயடியா நம்பிடக் கூடாது. ஏன்னா ஆயிரம் சொன்னாலும் அவன் பணம் வாங்கப் போறது சொந்த மாமனார் கிட்டேந்து. மாமனார் ஏமாந்து போக, எந்த மாப்பிள்ளையான விரும்புவானா? அதனால...

திருப்பதி : அதனால...

சாம்பமூர்த்தி : நாளைக்கு ராத்திரி இதே டயத்துக்கு மாது மாறு வேஷத்துலதான் வருவான். பொட்டியோட பணத்தை Collect பண்ண நானும் நீயும் மாறு வேஷத்துல போவோம்.

திருப்பதி : நமக்கு எதுக்கு மாறுவேஷம்?

சாம்பமூர்த்தி : அதெல்லாம் ஒரு பந்தா... சினிமால வரும், நாம ஏன் அதை மாத்தணும்?

திருப்பதி : Ok...

சாம்பமூர்த்தி : நான் Arab sheikh வேஷத்துல போறேன். நீ என் னோட பேகம் வேஷத்துல பர்தா போட்டுண்டு வா.

திருப்பதி : நான் Sheikh வேஷம் போட்டுக்கறேனே?

சாம்பமூர்த்தி : நீ பாக்க Milkshake மாதிரி இருப்பே. உன் உச ரத்துக்கு dress கிடையாது. நான் Sheikh நீ பேகம். நீ பாலவாக்கம் பங்களா போய், மாதுகிட்டேந்து பணத்தை Collect பண்ணி எங்கிட்ட குடு.

திருப்பதி : நீங்க எங்க இருப்பீங்க?

சாம்பமூர்த்தி : 10 அடி தள்ளி நிப்பேன்.

திருப்பதி : நீங்க வரவே வேணாமே?

சாம்பமூர்த்தி : பைத்தியம். நீ பொட்டிய எங்கிட்ட கொடுத்த வுடனே ஓடிப்போய், 10 அடி தள்ளி நின்னு, நான் உங்கிட்ட மறுபடி பொட்டிய தருவேன். இப் படியே பொட்டி நமக்குள்ளயே கை மாறிண்டே இருக்கணும்.

திருப்பதி : அதான் ஏங்கறேன்.

சாம்பமூர்த்தி : Kidnap பண்ணி, பணத்தை Collect பண்ண, இப்படித்தான் கை மாத்திண்டே இருக்கணும். அதான் பந்தா... சினிமாலலாம் வரும்.

திருப்பதி : Ok...

சாம்பமூர்த்தி : நம்ம திட்டம் யாருக்குமே தெரியக் கூடாது, Ok?

திருப்பதி : போச்சு சார். இவ இங்க இருக்காளே. இவ காதுல விழுந்துருக்குமோ?

சாம்பமூர்த்தி : எப்படி மாப்பிள்ளை விழும்? அதான் நாம, அவ கண்ணாடியை முன்னயே கழட்டிட்டோமே!

(திரை)

காட்சி -14

மாதுவின் வீடு

ஜானகி : ஏம்பா, எப்பபாரு இப்படியே கவலையா கன்னத்துல கைவச்சுண்டு உக்காண்டுருக்கே? காபி, டிபன் வச்சுருக்கேன். போய் சாப்பிடுங்கோ.

அப்பாதுரை : எப்படியம்மா சாப்பிடறது? மைதிலியை நெனைச்சா...

ஜானகி : அவளுக்கொண்ணும் ஆயிருக்காது. எங்கயோ நல்லபடியா இருக்கா. நிச்சயம் திரும்பி வந்துடுவா.

அப்பாதுரை : உங்கப்பன், இன்ஸ்பெக்டர், கொலை தற்கொலை அப்படிங்கறானே?

ஜானகி : அவர் சும்மா சொல்றார்ப்பா. பிரமோஷனுக்காக எதான பேசுவார். என் உள் மனசு சொல்றது. மைதிலி உயிரோடதான் இருக்கான்னு.

அப்பாதுரை : மைதிலியைத்தான் காணலைன்னா, பெயில்ல வந்த மாப்பிள்ளையையும் காணுமே? உன் புருஷன் சீனுவையும் காணும். மொத்தமா வீடே காணாம போயிருக்கு.

ஜானகி : நீங்க போய் சாப்பிடுங்க... எல்லாம் நல்லபடியா நடக்கும்.

(இருவரும் உள்ளே Exit)

(மாது Sheikh டிரஸ்ஸிலும், சீனு பேகம் டிரஸ்ஸிலும் Entry)

மாது : வாயேண்டா, தைரியமா வா. மூஞ்சிய சிரிச்சா மாதிரி வச்சுக்கோ. ஏன் இப்படி அழுது வடியறே? நீ இப்ப சீனு இல்ல. இந்த துபாய் ஷேக்கோட wife.

சீனு : தெரியும்டா... காகம்ஹீர்.

மாது : காகம் இல்லடா, பேகம். கருப்பு டிரஸ் போட்டா தான் காகம் பா.

சீனு : பயமாயிருக்குடா.

மாது : என்ன பயம்? அதை அவுத்துவுடு. வேஷ்டிய மடிச்சு கட்டறா மூதேவி.

சீனு : கால்வேற தடுக்குது. வேற வேஷம் போட்டு இருக்கலாம். இந்த குர்தா ரொம்ப கஷ்டமா இருக்கு.

மாது : அய்யோ, இது குர்தா இல்லே, பர்தா... ஏதாவது உளறி வக்கப் போறே...

சீனு : நீ போட்டுருக்கிறது...

மாது : உன்னுது பர்தா... என்னது படுதா... இதெல்லாம் எதுக்குடா கேக்குற?

சீனு : இல்லடா... நீங்க யாருன்னு தானே கேப்பாங்க? இல்ல, எங்க டிரஸ் பேர் சொல்லுங்கன்னு கேட்டாங்கன்னா?

மாது : நான் adjust பண்ணிக்கறேன். நீ பேகம்... O.K? நான் யாரு சொல்லு?

சீனு : கேக்குதானே?

மாது : ரொட்டி, பொறை, பிஸ்கட்... பீடை, நான் கேக் இல்லை, ஷேக்.

சீனு : ஷேக்னா இந்த கை குலுக்குவாங்களே அதானே?

மாது : Englishல வெறியனா ஆயிட்டியே... தத்தி தத்தி வராதே. என்னோட வேகமா வா. இந்த அப்பாதுரை சரியான கஞ்சண்டா. இவ்வளவு பெரிய வீட்டுல காலிங் பெல் வக்க வேணாம்?

சீனு : ஷேக்கு, இது உன் வீடு.

மாது : மறந்தே போயிடுச்சு. சரி சரி, முஞ்சி துணியை போடு. பேகத்தோட பேகம் வரா.

சீனு : அது யாரு. பேகத்தோட பேகம்?

மாது : உன் Wifeடா ஜானகி பேகம். மூஞ்சிய துணியை போடு. Screenஐ போடு.

ஜானகி : (வந்து) நீங்க யாரு?

மாது : நான் துபாய்லேந்து வர்றேன். எம்பேரு... இது... அது... இன்னும் fix பண்ணிக்கலே. அ... எம்பேர் ஷேக். நான் மாதுவோட friend. அவனை பாத்துட்டு போகலாம்னு வந்தேன். மாது உள்ள இருக்காரா?

ஜானகி : அவர் உள்ள போயிட்டு, பெயில்ல வெளில வந்தாச்சு, வீட்டுக்கு இன்னும் வரலை.

மாது : சீனு?

ஜானகி : அவரையும்தான்காணும். மாதுக்குதலையெழுத்து சுத்தறார். இவருக்கு எங்க புத்தி போச்சு. மூளை வேணாம். இங்க நாங்க கிடந்து திண்டாடறோம். என்ன தான் English சொல்லித்தாங்கோ. ஏழாம் கிளாஸ் புத்தி போகாது. என்ன உங்க பேகம் கோபமா வந்துருக்கார்.

மாது : ஏழாங்கிளாஸை திட்டினா கோபம் வரும். பேகமும் துபாய்ல ஏழாங்கிளாஸ், நான் மாது வோட 20 வருஷமா friend. பாத்துட்டு போகலாம்னு வந்தேன்.

ஜானகி : அவர் இல்லையே?

மாது : அப்ப அவர் மாமனர் அப்பாதுரையை பாக்க லாமா? அவர் இருக்காரா?

ஜானகி : அவரைத் தெரியுமா?

மாது : என்னம்மா... மாது 20 வருஷமா friendங்கறேன். அவன் மாமனாரை தெரியாம இருக்குமா? அவரையும் 20 வருஷமா தெரியும்.

ஜானகி : மாதுக்கு கல்யாணமாயி ஒரு வருஷம்தானே ஆறது. அவர் மாமனாரை எப்படி தெரியும்?

மாது : மாது கல்யாணமானவுடனே துபாய்க்கு மாமனார் போட்டோ அனுப்பியிருந்தான், அதான்...

ஜானகி : அவர் உள்ள இருக்கார்.

மாது : அவரும் உள்ள போயிட்டாரா? ஏன்?

ஜானகி : வீட்டுக்குள்ள. அவரை அனுப்பறேன், நீங்க பேசுங்க. உங்க பேகம் பேர் என்ன?

மாது : கேக்கறாங்க இல்ல, ஏய் பேகம், பேரைச் சொல் லேண்டா. அது நாங்க புருஷன் பொண்டாட்டிங்க வாடா போடானு பேசிக்குவோம். பேகம் வாடா...

சீனு : எம்பேர் கௌசல்யா பேகம்.

ஜானகி : கௌசல்யா பேகமா?

மாது : அது கலீஜா பேகம், வாய் தவறி சொல்லிடுச்சு. கலீஜா பேகம்.

(டிரஸ்ஸை தொட்டு மோந்து பார்த்துவிட்டு, கப்பு அடிக்குது என்பதுபோல் மூக்கை பொத்தி) நல்ல டிரஸ்ஸா எடுக்கக் கூடாதா, கலிஜ்ஜா இருக்கே.

ஜானகி : என்ன?

மாது : கலிஜா பேகம்னேன்.

ஜானகி : சரி... அப்ப, நான் உள்ள போய் அப்பாதுரைய அனுப்பறேன். உங்க பேர் என்ன?

மாது : ஷேக்.

ஜானகி : ஷேக் தெரியும், பேர் என்ன?

மாது : பேர் - ஷேக் சின்ன மௌலானா!

ஜானகி : ஷேக் சின்ன மௌலானாவா? அவர் நாதஸ்வரம்னா வாசிப்பார்.

மாது : அவர் ரொம்ப பெரிய மனுஷன். இப்ப அவரு பெரிய மௌலானாவாயிட்டார். இப்ப நான் தான் சின்ன மௌலானா.

ஜானகி : சரி... (போய் திரும்பி) அப்பாதுரையோட நீங்க பேசுங்க. உங்க wife பேகம் ஏன் தனியா இருக் கணும். அவங்க வேணா உள்ள வந்து என்னோட பேசிண்டுருக்கட்டுமே!

சீனு : என்ன ஷேக், நான் போட்டுமாடா!

ஜானகி : என்ன, பேகத்தோட குரல் கரகரன்னு இருக்கு.

மாது : பேகத்துக்கு தொண்டை சரியில்லை. அதான்.

தண்ணி கொண்டுவாங்க. ரொம்ப தாகமா இருக்கு.

ஜானகி : பேகம் மூஞ்சிய காட்ட மாட்டேங்கறாங்க.

மாது : அப்படி ஒண்ணும் பாக்கறா மாதிரி இருக்காது... நீங்களே பாத்தீங்கன்னா ஏண்டா கூப்பிட் டோம்னு வருத்தப்படுவீங்க.

ஜானகி : பேகம் மூஞ்சிய தான் பாக்க முடியல. ஆனா, உங்க மூஞ்சிய எங்கயோ பாத்தா மாதிரி இருக்கு.

மாது : அது வந்து... நீங்க... எப்படி?

சீனு : ஏ, ஜானகி போய் அப்பாதுரையை அனுப்புடி. தொண தொணன்னு பேசாதடி ஜானகி.

ஜானகி : ஜானகியா? எம்பேரு உங்க பேகத்துக்கு எப்படி தெரியும்?

மாது : அது... ம்... பேகத்துக்கு ஜோஸ்யம் தெரியும். மூஞ்சிய பாத்தே பேரை சொல்லிடும். என்ன பேகம் மூஞ்சியைத் தான் பாக்கமுடியாது. Screen போட்டு மறைச்சுடும். நீங்க போய் அப்பாதுரையை அனுப்புங்க. (ஜானகி Exit)

மாது : மூதேவி, வாயை வெச்சுண்டு சும்மா இருக்கக் கூடாது?

சீனு : போடா... நீ பாட்டுக்கு பேசிண்டேயிருக்கே. எனக்கு மூச்சு திணர்றது... மாது, இந்த பேகம் டிரஸ் முடியலடா. அப்பாதுரை வரச்சே வேணா நீ பேகமா இரேன். நான் Sheikhஆ இருக்கேன். டிரஸ்ஸை மாத்திப்போமா?

மாது : கவலையே படாத. எங்க மாமனார் சோடா பாட்டில்... பிறந்த மேனிக்கு நின்னாலே அவருக்கு அடையாளம் தெரியாது. இந்த தொள தொள Dressல அவர் கண்டுக்க மாட்டார். ஜானகி, என்னை அடையாளம் கண்டுண்டாளேன்னு பயந்துட்டேன்... நல்ல வேளை...

சீனு : ஜானகி, புருஷனை தவிர, வேற யாரையும் ஏறெடுத்துக் கூட பார்த்தது கிடையாது.

மாது : அப்பாதுரை வரார் போலருக்கு.

சீனு : மாது! அவர் வந்தா Safeஆ கண்ணாடியை புடுங்கி

டுடா. நானும் துணியை எடுத்துட்டு காத்தாட இருக்கலாம்.

மாது : மாமனாரை பாத்தவுடனே எனக்கே பயமா இருக்கு.

(அப்பாதுரை வருகிறார்)

அப்பாதுரை : நமஸ்காரம். நான்தான் அப்பாதுரை, நீங்கள்லாம் யாரு?

மாது : அது... அவங்க... ஜானகி சொல்லலை.

அப்பாதுரை : சொன்னா, நான் உங்களை முன்ன பின்ன பாத்ததில்லையே! யார் நீங்க?

மாது : நான்தான் துபாய் பேக்கு... சீ... ஷேக்கு... இது என் wife பேகம்.

சீனு : கலிஜா பேகம். கரெக்டாடா?

அப்பாதுரை : என்ன, உங்க பேச்சுக்குரல் கரகரப்பா இருக்கு.

மாது : அது அப்படித்தான் குரலே... பேசியே கரகரத்துருக்கு. நான் ஒரு முக்கியமான விஷயமா உங்களை பாக்க வந்தேன். (பேகத்தை இழுத்து) 50000 கேட்டுடவா? பயமாயிருக்குடா.

சீனு : தைரியமா கேளுடா. பணம் தர்லேன்னா, சாம்ப மூர்த்தி, மைதிலி பேகத்தை சுட்டுடுவார்.

அப்பாதுரை : என்ன?

மாது : ஒண்ணுமில்ல. புருஷன் பொண்டாட்டினா, 1000 இருக்கும்... துபாய்லேந்து வந்தோம். கிளம்பறச்சே வீட்டு குழாயை மூடினீயான்னு பேகத்துக்கிட்ட கேட்டேன் சார்.

அப்பாதுரை : என்னப்பா, சொல்ல வந்ததை தைரியமா சொல்லு. ஏன் இப்படி கை கால்லெல்லாம் நடுங்குது?

மாது : ஷேக் இல்லையா? அதான் ஷேக்காகறது, நடுங் கறது.

அப்பாதுரை : உங்களுக்கு அப்படியே என் மாப்பிள்ளை குரல்.

மாது : (சீனுவின் காலை மிதித்து) நாட்டி பேகம். பேகம், துணியை போடு, துணியை போடு.

(அப்பாதுரை, தனது துண்டை கீழேபோடுதல்)

மாது : உங்களை இல்ல சார். பேகம், துணியை போடு.

சீனு : மூச்சு திணறுதுடா.

அப்பாதுரை : எனக்கு கண்ணு அவ்வளவா சரியா தெரியாது. இருந்தாலும் அது என்னது பேகம் முகத்துல உதட்டுக்கு மேல கருப்பா இருக்கு.

மாது : அது மச்சம்... உதட்டுக்கு மேல பேகத்துக்கு அதிர்ஷ்ட மச்சம்.

அப்பாதுரை : அதிர்ஷ்ட மச்சமா? பெரிசா இருக்கு...

மாது : துரதிர்ஷ்டவசமா பெரிசாயிடுத்து... Shave பண்ணிட்டுவான்னேன். கேக்கலை.

அப்பாதுரை : சரி, என்ன விஷயம்?

மாது : சார், கவனமா கேளுங்க. உங்க பொண்ணு மைதிலியை நாங்கதான் கடத்தி வச்சுருக்கோம்.

அப்பாதுரை : மைதிலியை நீங்க கடத்தி வச்சுருக்கீங்களா? அப்போ மைதிலி சாகலையா?

மாது : என்ன சார், நீங்களே கை கழுவியாச்சா? உங்க பொண்ணு சாகலை. சாவடிக்கறா... ம்.... அனாவசியமா போலீஸ் உங்க மாப்பிள்ளையை தப்பா நெனைக்குது. ஜெயில்ல கூட போட்டாங்களாம்.

சீனு : அதான் பெயில்ல வுட்டாச்சே!

மாது : பேகம், நீ துணியை போடு.

அப்பாதுரை : என்னப்பா சொல்ற நீ?

மாது : சார், உங்க பொண்ணு உங்களுக்கு வேணும்னா நீங்க 50000 ரூபாய் தரணும்.

அப்பாதுரை : எம் பொண்ணு வேணும்னா 50000 ரூபா தரணுமா? என்ன எழவுடாது எம் பொண்ணு எனக்குவேண்டாம்னுதான் ஏற்கனவே 50000 ரூபாய் வரதட்சணையா கொடுத்து ஒத்தன் தலையிலே கட்டினேன்.

மாது : உங்க பொண்ணு யானை மாதிரி - இறந்தாலும் 1000 ரூபாய், இருந்தாலும் 1000 ரூபாய் மாதிரி. மைதிலி வேணும்னாலும் 50000 ரூபா - வேண் டாம்னாலும் 50000 ரூபா.

அப்பாதுரை : நான் பணம் தர மாட்டேன்னா?

மாது : பழி உங்க மாப்பிள்ளை பேர்ல விழும். அவரை ஜெயில்ல போட்டுடுவா.

அப்பாதுரை : அவனை வுடுய்யா துப்பு கெட்ட பய. அவன் எக் கேடு கெட்டுப் போனா எனக்கென்ன? எம் பொண்ணுக்கு என்னவாகும்?

மாது : பேகம், மாப்பிள்ளை கதி பாத்தியா? போற எடத்துலல்லாம் திட்டு விழுது. யோவ் அப்பாதுரை, அறிவு கெட்ட முண்டம்... பைத்தியம்... (சீனுவிடம்) மாறு வேஷத்துல திட்டினாத்தான் உண்டு. பணம் தரலேன்னா, நீ பெத்த சோடாபாட்டில் சுக்குநூறாயிடும். உம் பொண்ணை சுட்டுடுவானுங்க. போய் எடுத்துண்டு வா 50000 ரூபா.

(ஜானகி வருகிறாள்)

அப்பாதுரை : இப்படி திடீர்னு 50000 ரூபாய்க்கு நான் எங்க போவேன்? Bankல இல்ல இருக்கு.

ஜானகி : என்னப்பா?

அப்பாதுரை : 50000 ரூபா தரலேன்னா, மைதிலியை சுட்டுடு வாங்களாம்.

ஜானகி : இவங்களா?

அப்பாதுரை : மைதிலியை கடத்தி வச்சவங்க.

ஜானகி : அப்பா, இப்படி பண்ணா என்ன? நான் வேணா என்னோட நகைகளை தரேனே... என்னோட வளையல்...

சீனு : வேண்டாம். வேண்டாம். ஜானகி, நகையை தராத. ஷேக், என்னடாது?

மாது : ஒரு நிமிஷம். (சீனுவை தள்ளி வந்து) பணம் Bankல இருக்குங்கறான் என் மாமனார். பேசாம பணத்தை சாம்பமூர்த்தி சொன்ன பாலவாக்கம் பங்களாக்கு கொண்டுவந்து, நாளைக்கு ராத்திரி தரச் சொல்லிடலாம். நீ இவர்கிட்டேந்து Collect பண்ணி எங்கிட்ட தந்துடு.

சீனு : நாளைக்கும் பேகமா?

மாது : Yes. நீ பேகம் வேஷத்துல இவர்கிட்டேந்து collect பண்ணி, Sheikh வேஷத்துல இருக்கிற எங்கிட்ட

தந்துடு. நான் அதை சாம்பமூர்த்தி கிட்ட தந்துட றேன். Ok சார். பேகம் ஒத்துக்கிச்சு. நீங்க நாளைக்கு ராத்திரி 12:00 மணிக்கு பாலவாக்கம் பங்களாகிட்ட பணத்தோட வந்துடுங்க.

அப்பாதுரை : பாலவாக்கம் பங்களா எங்க இருக்கு?

மாது : எங்களுக்கே தெரியாது. இனிமேதான் வழி தெரிஞ்சுக்கணும்.

அப்பாதுரை : அப்ப மைதிலி?

மாது : மைதிலியை உங்கிட்ட தள்ளி வக்க வேண்டியது எம் பொறுப்பு.

அப்பாதுரை : தள்ளி வக்க வேண்டியதா?

மாது : பத்திரமா தரவேண்டியது என் பொறுப்பு. மறந்துடாதிங்க. பாலவாக்கம் பங்களா. வரேன்!

ஜானகி : பேகம், தொண்டை சரியில்லே. தாகமா இருக்கு ஙீங்களே, வென்னீர் கொண்டு வந்து இருக்கேன். Your வென்னீர் is Getting cold. *(சீனு பாய, மாது தடுத்து)*

மாது : வாடா பீடை (Exit)

(அம்மாவாசை Entry)

அம்மாவாசை : என்னடா பெரிய மனுஷங்க சகவாசம் போலருக்கு. ஷேக்லாம் வீட்டுக்கு வரான். மைதிலி பத்தி ஏதான தெரிஞ்சதா?

அப்பாதுரை : போலீஸ் நீ சொல்லணும். News எங்கிட்ட கேளு. டேய், மைதிலி சாகலே!

அம்மாவாசை : சாகலையா?

அப்பாதுரை : இப்ப வந்தானே ஒரு ஷேக். அவன் தான் அவளை கடத்தி வச்சுருக்கான். 50000 ரூபா பாலவாக்கம் பங்களா கிட்ட தர சொல்லிருக்கான், நாளைக்கு ராத்திரி.

அம்மாவாசை : தரப்போறீயா?

அப்பாதுரை : என்ன பண்றது? இல்லாட்டி மைதிலியை சுட்டுடு வேங்கறான்.

அம்மாவாசை : இப்படி ஏமாறியே.... லூசு... அவன் ஷேக்கு, நீ பேக்கு! நான் சொல்றதை கேளு. பணத்தை எடுத்

துண்டு நாளைக்கு நீ பாலவாக்கம் பங்களாக்கு மாறுவேஷத்துல வா.

அப்பாதுரை : மாறு வேஷமா? என்னையே எனக்கு தெரியாம பூடும்டா. என்ன மாறுவேஷம்?

அம்மாவாசை : நீ பேகம் வேஷத்துல வா. நான் ஷேக் வேஷத்துல வரேன். மைதிலியையும், நாம் காப்பாத்தலாம். பணமும் திரும்ப கிடச்சுடும்.

அப்பாதுரை : எதுக்கு இந்த பேகம் - ஷேக் மாறுவேஷம்?

அம்மாவாசை : அப்பதான் திருடனுக்கு தேள் கொட்டினா மாதிரி இருக்கும். நாளைக்கு ராத்திரி நீ பேகம். நான் ஷேக்.

(திரை)

காட்சி - 15

பாலவாக்கம் பங்களா

(மணி 12 அடித்து முடிக்க, மாது ஷேக் டிரஸ்ஸில் வந்து)

மாது : எங்க இந்த சீனு பேகத்தை காணும்? அப்பாதுரை கிட்டேந்து இன்னுமா பணத்தை Collect பண்ணலே?

(அப்பாதுரை பேகம் டிரஸ்ஸில் வந்து)

அப்பாதுரை : ஷேக், ஷேக்...

மாது : வாடா பேகம். உனக்காகத்தாண்டா wait பண் ணேன்! ஏன் லேட்டு?

அப்பாதுரை : ஆட்டோ ரிக்ஷா கிடைக்கல அதான்.

மாது : Scooterல வரவேண்டியதுதானே?

அப்பாதுரை : அது மாப்பிள்ளை மாதுவோடதாச்சே?

மாது : என்ன உளர்றே? சரி குடு... பணம் ரெடியா?

அப்பாதுரை : ரெடி... மைதிலி?

மாது : வருவோடா. நானே அவசரப்படலே. நீயேன் அவசரப்படறே? போய் அப்படி மறவா நில்லு. போடா.

அப்பாதுரை : என்னமரியாதையில்லாமவாடாபோடாங்கறான்?

மாது : பணம் ரெடி. எங்க சாம்பமூர்த்தியை காணும், பணத்தை வாங்கிண்டு மைதிலியை தரேன் னானே?

(சீனு Entry பேகம் வேஷத்தில்)

மாது : என்ன நீங்களும் பேகம் வேஷமா?

சீனு : பேச டயமில்லை சார். பணம் ரெடியா? கொண்டு வந்துட்டீங்களா?

மாது : என்ன சார் மோர் மரியாதை? O.k. பணம் ரெடி!

சீனு : குடுங்க.

மாது : மைதிலி?

சீனு : வருவோ. அப்படியே போய் மறவா நில்லு.

மாது : சீனு நிக்கற எடத்துலயா?

சீனு : அங்க நான் நிக்கணும். எனக்கு எடம் விட்டு தள்ளி நில்லுங்க.

மாது : மைதிலி?

சீனு : ஏன் சார் பறக்கறீங்க? மைதிலியை உங்க கிட்ட ஒப்படைக்க வேண்டியது எங்க பொறுப்பு.

மாது : எங்கன்னா?

சீனு : எம் பொறுப்பு. ஷேக் பொறுப்பு, நீங்க வேற ஷேக் டிரஸ்போட்டு குழப்பறீங்களே?

மாது : நான் ஆரம்பத்துலயிருந்தே ஷேக் டிரஸ்தான், நீங்கதான் புதுசா பேகம் டிரஸ் போட்டுண்டு...

சீனு : நானும் ஆரம்பத்துலேயே பேகம் டிரஸ்தான், நம்ம ஷேக்கை எங்க காணும்? போங்க சார்...

மாது : இவர் எந்த ஷேக்குக்காக wait பண்ணறார்? என்ன எழவோ?

சீனு : எங்க இந்த மாதுவை இன்னும் காணலை. (இன்ஸ்பெக்டர் Entry ஷேக் டிரஸில்) ஏண்டா லேட்டு?

இன்ஸ்பெக்டர் : என்ன வாடா போடான்னு...

சீனு : உனக்கு மரியாதை ஒண்ணுதான் குறைச்சல்.

இன்ஸ்பெக்டர் : ஒரு Help. சரி சரி, பணம் ரெடியா?

சீனு : இந்தா... மைதிலி?

இன்ஸ்பெக்டர் : மைதிலியை உன்கிட்ட ஒப்படைக்க வேண்டியது என் பொறுப்பு. அவசரப்படாத. அங்க போய் ஒளிஞ்சுக்கோ. உனக்கு வேண்டியது மைதிலி. எனக்கு வேண்டியது குற்றவாளி. விட்டுத்தான் புடிக்கணும். டேய்! ஷேக்கை பாரு... பேகம் டிரஸ் எங்க வாங்கினே?

சீனு : என்ன உளர்ற? நீ ஷேக் டிரஸ் வாங்கின கடைல தான்.

இன்ஸ்பெக்டர் : சரி சரி, போய் அப்படி நில்லு, ஷேக்கை பாரு.

சீனு : என்ன உளர்றான்?

இன்ஸ்பெக்டர் : போடான்னா. முட்டிக்கு முட்டி பேத்துடுவேன்.

சீனு : எங்கயோ கேட்டா மாதிரி இருக்கு.

(திருப்பதி பேகம் டிரஸில்)

இன்ஸ்பெக்டர் : இது யார் குள்ள பேகம்?

திருப்பதி : என்ன சார், பணம் ரெடியா?

இன்ஸ்பெக்டர் : ம்... மைதிலி?

திருப்பதி : நீங்க அழைச்சுண்டு வரேன்னீங்களே?

இன்ஸ்பெக்டர் : நானா?

திருப்பதி : என்ன மறந்துட்டேளா? சரிசரி, போய் 10 அடி தள்ளி நில்லுங்க. யாரானும் வரப் போறா. நான் வந்து பொட்டியை உங்க கைல தர்றேன். நம்ம பழைய plan மறந்துடுத்தா?

இன்ஸ்பெக்டர் : ஞாபகம் இருக்கு. ஷேக்கும் வரட்டும். மொத்தமா புடிக்கறேன்.

(சாம்பமூர்த்தி Entry)

சாம்பமூர்த்தி : பெட்டிய குடு.

திருப்பதி : யார் நீ? புது ஷேக்கா இருக்கே?

சாம்பமூர்த்தி : ஏய்! பிராணனை வாங்காத, குடுடா.

திருப்பதி : அய்யய்யோ, நம்ப ஷேக் திட்டுவார். 10 அடி தள்ளி நிக்கறார். (ஓட)

சாம்பமூர்த்தி : என்னாச்சு குள்ளனுக்கு? திருப்பதி பேகம், பேகம்.(ஓட)

(ஒருவர் பின் ஒருவராக வந்து)

மாது : பேகம். நான் சொல்றதை கேளு ஷேக் Plan -

அப்பாதுரை : மைதிலி எங்க ஷேக்?

சீனு : இது யாரு பேகம்? ஷேக், நான் சொல்றத கேளு.

சாம்பமூர்த்தி : பெட்டி என்னோடது பேகம்!

திருப்பதி : இது ஷேக்குது.

இன்ஸ்பெக்டர் : நான்தான் ஷேக்கு... Plan ஷேக்.

(குழப்பத்தில் பெட்டியை வைத்து நகர, அப்போது வேறு ஒரு பேகம் வந்து பெட்டியை எடுத்துச் செல்லுதல்)

(திரை)

காட்சி - 16

போலீஸ் ஸ்டேஷன்

(எல்லோரும் ஷேக் பேகம், பேகம் ஷேக் என்று நிற்க)

இன்ஸ்பெக்டர் : என்னய்யா விளையாடறீங்க? பெட்டி எங்கய்யா? மைதிலி எங்க... சொல்லுங்க. இல்ல முட்டிக்கு முட்டி பேத்துடுவேன். எழவு, முட்டி எங்கேன்னு தெரியலே. எல்லாரும் தொள தொளன்னு டிரஸ். பணம் எங்கய்யா? நான் அப்பாதுரைக்கு என்ன பதில் சொல்வேன். பைதிபை இதுல யார் அப்பாதுரை?

அப்பாதுரை : நான்தான்.

இன்ஸ்பெக்டர் : இப்படி வந்து நில்லுடா. நீ ஒரு கர்மம்.

அப்பாதுரை : மைதிலி எங்கடா?

இன்ஸ்பெக்டர் : தெரியலையே. சே... நான் வேற இதெல்லாம்

தெரியாம உன் மாப்பிள்ளை மாதுவை arrest பண்ணி ஜெயில்ல போட்டேன். அவர் என்னை பத்தி என்ன நினைப்பார்?

மாது : ஒண்ணும் நெனைச்சுக்க மாட்டார்.

இன்ஸ்பெக்டர் : நீ யாருய்யா?

மாது : சார். நான்தான் மாது.

அப்பாதுரை : மாப்பிள்ளை!

மாது : அன்னிக்கு ஷேக்கா வந்தது நான்தான்.

சீனு : கூட ஷோக்கா வந்தது நான் - பேகம்.

இன்ஸ்பெக்டர் : அப்ப இவங்க?

சாம்பமூர்த்தி : நான் சாம்பமூர்த்தி.

மாது : லாயர்.

சீனு : இது?

மாது : இது அவர் மாப்பிள்ளை - அரைடிராயர் திருப்பதி.

இன்ஸ்பெக்டர் : அதெல்லாம் வுடுங்கய்யா... இப்ப பொட்டி எங்க? 50000 ரூபா எங்க?.

(மைதிலி பேகம் டிரஸ்ஸில் Entry)

மைதிலி : இந்தாங்க பெட்டி.

மாது : இன்னொரு பேகமா?

மைதிலி : உங்களோட பேகம் மைதிலி.

மாது : மைதிலி, நீ எப்படி தப்பிச்சே?

மைதிலி : திருப்பதி கிட்ட என்னை பாத்துக்க சொல்லிட்டு சாம்பமூர்த்தி போனார். திருப்பதி ஏமாந்த சமயம் தப்பிச்சுட்டேன்.

சாம்பமூர்த்தி : திருப்பதி எப்ப ஏமாந்தான்?

மைதிலி : ஆரம்பத்துலேந்தே திருப்பதி ஏமாந்துட்டுதான் இருந்தான். நான் தப்பிச்சது இந்த பணத்துக்காக மட்டுமில்ல.

மாது : பின்ன...

மைதிலி : No. 1. இந்த பணம் எங்கப்பாவோடது. அத காப்பாத்தணும். No.2 திருப்பதியை சாம்பமூர்த்தி பொண்ணுக்கு கட்டிவக்க திருப்பதியோட

அப்பா 50000 ரூபா வரதட்சணை கேட்டார். வரதட்சணை வாங்கறது சட்ட விரோதம். அவனை புடிச்சு Police கிட்ட ஒப்படைக்க. அவரைப் போய் கான்ஸ்டேபிள் பௌர்ணமி உதவியால புடிச்சேன். ஒரே கல்லுல ரெண்டு மாங்கா...

அப்பாதுரை : மைதிலி... நீ சும்மா சொல்லக்கூடாது. ஏழாம் கிளாஸ்னு நெனைச்சேன். ராக்கெட் ராணியா இருக்கீயே! உனக்கு இப்படியொரு தத்தி... ஜடம்... புருஷனா? மாப்பிள்ளை, நீங்க மைதிலிக்கு புருஷனா இருக்க கொடுத்துவச்சு இருக்கணும்.

இன்ஸ்பெக்டர் : தள்ளி உட்டீங்களே!

மாது : சத்யமா இனிமே இவளை தள்ளி வைக்க கனவுல கூட நினைக்க மாட்டேன். Why office போறச்ச கூட அழைச்சுண்டு போய், என் பக்கத்துல ஒரு Chairஐ போட்டு, தள்ளி வக்காம இருக்கேன், போறுமா?

இன்ஸ்பெக்டர் : நீ கூடத்தான் வரதட்சணை வாங்கின?

மாது : மொத காரியமா அந்த கடனை நான் அடைச்சுட றேன், போறுமா?

மைதிலி : ஏன்னா, அன்னிக்கு அந்த Fileஐ அடுப்புல போட்டதுனால உங்களுக்கு வர வேண்டிய பிரமோஷன் இன்னொருத்தருக்கு போயிடும்னு பயந்தேளே! கவலையே படாதீங்க, அந்த பிரமோ ஷன் உங்களுக்குத்தான்.

மாது : எப்படி?

மைதிலி : உங்களுக்கு போட்டியா இருந்தவர் வேற யாரும் இல்ல. திருப்பதியோட அப்பாதான். இவர் பேர்லதான் வரதட்சணை கேட்ட குத்தம் இருக்கே! உள்ள தள்ளிடுவா... என்ன இப்ப சொல்லுங்க, நான் தத்தியா?

மாது : நீ தத்தி இல்ல. அத்தனையும் புத்தி உனக்கு. நான் தான் ஜடம். உன்னை புரிஞ்சுக்கலே. இந்த சாம்ப மூர்த்தி சபிச்சார். உன்னை கட்டிண்டேன். நீ

சபிச்சே. உன்னை ஏத்துக்கறேன். நீ சொன்னா மாதிரி நாயா அலைஞ்சேன்.

சீனு : கூட நான் பேயா அலைஞ்சேன். சொல்லுடா!

மாது : போறும்மா. சரி... என்னை மன்னிச்சுடு.

இன்ஸ்பெக்டர் : மைதிலி, எங்க அந்த ஆள்? திருப்பதியோட அப்பன்... வரதட்சணை கேட்ட அவங்களை முட்டிக்கு முட்டி பேத்துடறேன்.

மைதிலி : பௌர்ணமி சொல்லுடா...

(பௌர்ணமி ஒருவரை அழைத்து வருகிறான்)

மைதிலி : இவர்தான் திருப்பதியோட அப்பா, மருதமலை.

சீனு : இவரும் மலையா?

மருதமலை : ஏம்மா, என்னை போலீஸ்ல மாட்ட விட்டீங்களே... நீ நல்லா இருக்க மாட்டே. இப்ப சொல்றேன் கேட்டுக்க, உனக்கு கல்யாணமாகி, ரெண்டும் ரெண்டும் எவ்வளவுனு தெரியாத ஒரு ரெண்டுங்கெட்டானை கட்டிகினு ஆயுசு பூரா அல்லாடலே - எம்பேரு மருதமலை இல்ல.

மாது : முண்டம்! சீ போ... அவளுக்கு ஏற்கனவே கல்யாணம் ஆயிடுச்சு. நீ சொன்ன ரெண்டுங் கெட்டான் நான்தான்.

(திரை)

சுபம்

மங்களம்

கிரேஸி மோகன்

எழுதிய நூல்கள்...

அலாவுதீனும் 100 வாட்ஸ் பல்பும்
அன்புள்ள மாதுவிற்கு...!
பிவேர் ஆஃப் மாது
சாக்லேட் கிருஷ்ணா
கிரேஸி கோஸ்ட்
கிரேஸி கிஷ்கிந்தா
கீதா உபதேசம்
கூகுள் கடோத்கஜன்
ஜ்ூராசிக் பேபி
மாது மிரண்டால்
மதில் மேல் மாது
மாது + 2
மேரேஜ் மேட் இன் சலூன்
மீசை ஆனாலும் மனைவி
மிடில் கிளாஸ் மர்டர்
ஒரு பேபியின் டைரிக் குறிப்பு...
ரிடர்ன் ஆஃப் கிரேஸி தீவ்ஸ்
ஸாடிலைட் சாமியார்
ஹனிமூன் கப்பிள்
ஹியர் இஸ் காசி
அய்யா...! அம்மா...! அம்மம்மா...!
கிரேஸியைக் கேளுங்கள் – 1
கிரேஸியைக் கேளுங்கள் – 2
கிரேஸியுடன் சிரியுங்கள் – 1
கிரேஸியுடன் சிரியுங்கள் – 2

சோ

எழுதிய நூல்கள்...

- மஹாபாரதம் பேசுகிறது - பாகம் 1 & 2
- வால்மீகி ராமாயணம் - பாகம் 1 & 2
- இந்து தர்மம்
- எங்கே பிராமணன் ?
- Essence of Dharma - 1
- Essence of Dharma - 2
- ஹிந்து மஹா சமுத்திரம் - 1
- ஹிந்து மஹா சமுத்திரம் - 2
- ஹிந்து மஹா சமுத்திரம் - 3
- ஹிந்து மஹா சமுத்திரம் - 4
- ஹிந்து மஹா சமுத்திரம் - 5
- ஹிந்து மஹா சமுத்திரம் - 6
- வெறுக்கத்தக்கதா பிராமணீயம் ?
- அன்றைய வேதங்கள் முதல் இன்றைய - வியவஹாரங்கள் வரை (தர்மத்தின் ஸாரம்)
- எது தர்மம் ?
- என்று தணியும் இந்த சுதந்திர தாகம்
- இன்பக் கனா ஒன்று கண்டேன்
- இறைவன் இறந்து விட்டானா ?
- இரவில் சென்னை !
- ஜட்ஜ்மெண்ட் ரிசர்வ்டு
- மனம் ஒரு குரங்கு
- முகமது பின் துக்ளக்
- நேர்மை உறங்கும் நேரம்
- சாதல் இல்லையேல் காதல் !
- சாத்திரம் சொன்னதில்லை
- சம்பவாமி யுகே ! யுகே !
- சரஸ்வதியின் சபதம்
- சட்டம் தலை குனியட்டும்
- உண்மையே உன் விலை என்ன ?
- உறவுகள் இல்லையடி பாப்பா
- யாருக்கும் வெட்கமில்லை !
- ஏன் கூடாது ?
- எங்கே போகிறாய் ?
- எதற்காக ?
- அதிகப் பிரசங்கம்
- இந்தியா எங்கே போகிறது ?
- இவர்களைத் தெரிந்து கொள்ளுங்கள்
- கூவம் நதிக் கரையினிலே! - 1
- கூவம் நதிக் கரையினிலே! - 2
- கூவம் நதிக் கரையினிலே! - 3
- மை டியர் பிரும்மதேவா
- புரட்சி கீதை
- சர்க்கார் புகுந்த வீடு
- நம்மை நாம் அறிவோம்
- அரசியல் ராமாயணம் (சித்திரக் கதை)
- துக்ளக் ராசி - பலன்
- சிரிப்பு வருகிறது ! உஷார் !
- ஒண்ணரைப் பக்க நாளேடு - பாகம் - 1
- ஒண்ணரைப் பக்க நாளேடு - பாகம் - 2
- ஒண்ணரைப் பக்க நாளேடு - பாகம் - 3
- ஒண்ணரைப் பக்க நாளேடு - பாகம் - 4
- ஒண்ணரைப் பக்க நாளேடு - பாகம் - 5
- ஜக்குவின் நீதி சாஸ்திரம்
- ஜக்குவின் கணிப்பு
- இதுதான் என் வழக்கு !
- டியர் மிஸ்டர் வாசகரே !
- இவர்கள் சொல்கிறார்கள்
- சோ - வீரமணி பேட்டி
- இவர்களைச் சந்தித்தேன் (பேட்டிகள்) - 1
- இவர்களைச் சந்தித்தேன் (பேட்டிகள்) - 2
- இவர்களைச் சந்தித்தேன் (பேட்டிகள்) - 3
- அனுபவங்களும் அபிப்பிராயங்களும்
- பத்திரிகைகள் பலவிதம்...
- அரட்டை சங்கம்
- துக்ளக் வாழ்கிறார்
- எனக்குத் தெரிந்த நியாயம் சொல்கிறேன்
- நினைத்தேன் எழுதுகிறேன்
- அதிர்ஷ்டம் தந்த அனுபவங்கள்
- காமராஜை சந்தித்தேன்
- திரையுலகைத் திரும்பிப் பார்க்கிறேன்
- ராஜ்ய சபையில் சோ
- எமர்ஜென்ஸி
- இன்று நாளை என்னுடைய நிலைகள்...
- தடை செய்யப்பட்ட துக்ளக்
- முஸ்லிம் லீக் - ஆர்.எஸ்.எஸ். சந்திப்பு
- சட்டம் என்ன சொல்கிறது?
- தமிழக அரசியல் கட்சிகள்
- மதச்சார்பின்மை + செக்யூலரிஸம் = ?
- ஸ்திதப்பிரக்ஞன்
- நமது தலைநகரம் மாஸ்கோ !
- துக்ளக் படமெடுக்கிறார்
- துக்ளக் ஆண்டு விழா - 1
- துக்ளக் ஆண்டு விழா - 2
- வந்தேமாதரம்
- வாஷிங்டனில் நல்லதம்பி
- யாரோ இவர் யாரோ ?
- யார் பெறுவார் இந்த அரியாசனம் ?
- அடுத்த ஆட்சி நமதே !
- தேர்(தல்) திருவிழா
- திக்குத் தெரியாத நாட்டில்

www.ingramcontent.com/pod-product-compliance
Lightning Source LLC
LaVergne TN
LVHW090355051026
849518LV00006B/2141
* 9 7 8 9 3 6 3 5 8 9 3 7 7 *